ॲज आय सी...

स्त्रियांचे सक्षमीकरण...

मूळ लेखिका

डॉ. किरण बेदी

अनुवाद

माधुरी शानभाग

मेहता पब्लिशिंग हाऊस

◆ *या पुस्तकातील लेखकाची मते, घटना, वर्णने ही त्या लेखकाची असून त्याच्याशी प्रकाशक सहमत असतीलच असे नाही.*

EMPOWERING WOMEN...
AS I SEE...

© 2008, Kiran Bedi

Originally Published in English by STERLING PAPERBACKS, New Delhi

Translated into Marathi Language by Madhuri Shanbhag

स्त्रियांचे सक्षमीकरण...

अनुवाद : माधुरी शानभाग, ७९४, खानापूर रोड, टिळक वाडी, बेळगाव ५९०००६. फोन नं. (०८३१) २४४०५४०

मराठी अनुवादाचे व प्रकाशनाचे हक्क मेहता पब्लिशिंग हाऊस, पुणे.

प्रकाशक : सुनील अनिल मेहता, मेहता पब्लिशिंग हाऊस, १९४१, सदाशिव पेठ, माडीवाले कॉलनी, पुणे ४११०३०.

मुखपृष्ठ : स्टर्लिंग पब्लिशर्स यांच्या सौजन्याने

प्रकाशनकाल : मार्च, २००९ / नोव्हेंबर, २०१० / फेब्रुवारी, २०१२ / पुनर्मुद्रण : जुलै, २०१५

ISBN for Printed Book 8177664875

ISBN for E-Book 9788184988093

या पुस्तकातून मिळणारे मानधन नेहमीप्रमाणे नवज्योती आणि इंडिया क्विजन फाऊंडेशन या दोन संस्थांना मिळत राहील. गरजू विद्यार्थ्यांच्या शिक्षणासाठी त्याचा विनियोग केला जाईल.

या पुस्तकाचे प्रयोजन

स्त्री असणे ही एक मूल्यवान गोष्ट आणि जबाबदारी आहे. ती स्वत:ला कसे घडवते यावर या दोन्हीपैकी एक असणे ठरते.

ती जेव्हा स्वयंनिर्भर, स्वावलंबी असते तेव्हा अत्यंत मौल्यवान असते. आपण कुणावर अवलंबून रहायचे की नाही हा निर्णय तिचा असतो.

ती जेव्हा शिकलेली नसते, आर्थिकदृष्ट्या दुसऱ्यावर अवलंबून असते तेव्हा जबाबदारी असते. त्यात जर ती मानसिकदृष्ट्या दुसऱ्यावर अवलंबून असेल तर परिस्थिती आणखी वाईट असते. तिला सर्वथा गुलामाचे आयुष्य जगावे लागते.

मी जेव्हा आजूबाजूला डोळसपणे पाहिले, अनुभवले, समजून घेतले आणि शिकले त्यातून सुटे सुटे लेखन केले, त्याचेच हे संकलन आहे. काहीवेळा ते लेखन आनंद देणारे होते, तर काहीवेळा मला त्याने काळजी करायला लावली. त्यातून मला काही धडे शिकायला मिळाले.

हे वाचताना तुमचा वेळ सत्कारणी लागावा आणि आनंदात जावा ही शुभेच्छा!

अनुक्रम

१

पुसट पण हललेले चित्र

माझ्या वडिलांनी आपला जुना कॅमेरा माझ्या बहिणीला तिच्या वाढदिवसाची भेट म्हणून दिला, ही घटना मला स्पष्ट आठवते. त्यामध्ये एका वेळी एकच छायाचित्र घेता येत असे. लगेच त्याचा वापर करायच्या उद्देशाने तिने उत्साहाने आम्हा सर्वांना एका रांगेत उभे करून पोज घ्यायला लावली. प्रत्यक्ष फोटो घेताना तिने सर्वांना मोठ्याने 'चीज' म्हणायला लावले. जणू त्या छायाचित्रात आमचा आवाजही बंदिस्त होणार होता. 'चीज' हा शब्द उच्चारताना चेहऱ्यावर जे मंद स्मित उमटते, ते तिला तस्से फोटोत यायला हवे होते. तिने सावकाश क्लिक् केले. जेव्हा प्रत्यक्ष फोटो हातात पडला तेव्हा तिने रडव्या आवाजात जोरदार तक्रार केली,

"तुम्ही सर्व जण हललात म्हणून फोटो पुसट आला."

आजच्या स्त्रीजगतात प्रत्येक जण आपापल्या जागेवरून हललेली आहे. जीवन पूर्वीसारखे राहिलेले नाही, ते झपाट्याने बदलत चालले आहे. काही बाबतींत चांगले बदल होत आहेत तर काहींत घसरण होत आहे. एका जागी ते इतके बिघडले आहे की सुबुद्ध माणसाची मती गुंग व्हावी. ती जागा म्हणजे अफगाणिस्तान! दूरदर्शनवर मी पाहिलेले एक चित्र माझ्या स्मृतीत रुतून बसले आहे. निळे बुरखे घालून स्त्रियांचा एक गट पाठमोरा चालतो आहे आणि त्यांच्या पायांवर, पाठींवर पुरुष चाबकाचे फटकारे ओढताहेत. त्यांचा गुन्हा कोणता? तर रस्त्यावर त्या संरक्षणासाठी सोबत पुरुष, म्हणजे त्यांच्याच शब्दात 'चौधरी'शिवाय चालताना आढळल्या.

आणखी एक नोंद केलेली घटना आहे. एका तरुणीने नेलपॉलिश लावले म्हणून तिचा अंगठा छाटला गेला. तिथे आता सार्वजनिक जागी स्त्रिया दिसत नाहीत. अफगाणिस्तानात जेव्हा युद्ध सुरू होते, तेव्हा याच स्त्रियांनी सर्व नागरी कामे कार्यक्षमतेने सांभाळली. पण आता त्यांना घराबाहेर पडणे मुश्कील झाले आहे. शिक्षण ही फक्त पुरुषांसाठी राखीव बाब आहे. आज (२००२ साली) जेमतेम १५

टक्के अफगाण स्त्रिया लिहू-वाचू शकतात. त्यांना वैद्यकीय सेवेपासून वंचित केलेले आहे, कारण त्यांना अनोळखी पुरुषांचा स्पर्श वर्ज्य आहे. शिक्षण उपलब्ध नसल्यामुळे स्त्री डॉक्टरांची वानवा आहे. दूरदर्शनवर एका अफगाण नर्सची मुलाखत दाखवली होती. काबूलमध्ये काम करणाऱ्या या स्त्रीला शहर सोडून पळावे लागले. आता ती रस्त्यावर भीक मागते. ती म्हणते, ''मी तरी काय करू? जगण्यासाठी मुलांना अन्न तर हवे!''

आज धर्माचा विकृत अर्थ लावून तालिबानने स्त्रियांची सर्व बाजूंनी मुस्कटदाबी चालवली आहे. त्यांना गुलामीच्या गर्तेत ढकलले आहे. तिहार जेलमधील स्त्रियांना या अफगाण स्त्रियांपेक्षा अधिक स्वातंत्र्य असेल.

माझ्या बहिणीने घेतलेल्या छायाचित्राकडे मी पुन्हा वळते. एका बाजूला अफगाणिस्तानातील स्त्रियांना चार भिंतींआड कोंडले जाते आहे आणि इतरत्र स्त्रियांना नवीनवी क्षेत्रे उघडली जात आहेत. मिळणाऱ्या संधीचा लाभ घेऊन स्त्रिया उच्चपदी पोहोचत आहेत. त्यांना शिक्षण, प्रशिक्षण घेऊन हवे ते मिळवायच्या सुविधा उपलब्ध होत आहेत. जीवनात उच्च ध्येय डोळ्यांसमोर ठेवून ते गाठण्यासाठी स्त्रिया स्वत:च मार्ग आखत आहेत. त्यांना इतरांची सक्रिय मदत मिळते आहे किंवा स्वबळावर त्या पुढे जात आहेत. आपली क्षमता सिद्ध करण्यासाठी त्यांना आता कोणतेही क्षेत्र वर्ज्य राहिलेले नाही. संरक्षण, प्रशासन, उद्योगव्यवसाय, व्यवस्थापन, विज्ञान-वैद्यकीय संशोधन, शिक्षण, सर्जनात्मक स्पर्धा क्षेत्रे, खेळ, शारीरिक कसोट्या पाहणारी क्षेत्रे... आज सर्व क्षेत्रांची दारे स्त्रियांसाठी उघडलेली आहेत आणि आपल्या कुवतीचा पुरेपूर वापर करून उपलब्ध संधीचा जास्तीत जास्त लाभ घेऊन स्त्रिया स्वत:ची क्षमता सिद्ध करत आहेत.

कुटुंबाच्या आघाडीवरही चित्र बदलते आहे. जितक्या वेगाने हवे तितके नसेल, पण निश्चित बदलते आहे. आपला जोडीदार कसा असावा याबद्दल स्त्रिया मते व्यक्त करतात. हुंडा म्हणून मिळालेल्या वस्तूंचे मांडव घालून प्रदर्शन करायची प्रथा हळूहळू मावळते आहे. व्यवसाय आणि पालकत्व यांतील तोल योग्य तऱ्हेने सांभाळत स्त्रिया आपण मातृत्वाला केव्हा आणि किती वेळा सामोरे जायचे हे ठरवतात, म्हणून कुटुंबे आटोपशीर झालीत. या स्तरातील स्त्रियांसाठी काळ बदलला आहे किंवा भोवतीच्या परिस्थितीला त्यांनी बदलायला भाग पाडले आहे. आपल्या चित्रातील पुसटपणा त्यांनी काढून टाकला आहे. आपल्याला नेमके काय हवे, काय नको याबद्दल त्या स्पष्ट आहेत. पण अशा धाडसी, सुदैवी स्त्रियांची संख्या अत्यल्प आहे.

भारतीय समाजातील फार मोठ्या स्त्रीवर्गासाठी जीवन अजूनही हललेल्या पुसट छायाचित्राप्रमाणे आहे. अजून अशा अनेक स्त्रिया आहेत, ज्यांना शिक्षणाचा उपयोग ठाऊक नाही. आपल्याला हवे ते शिक्षण घ्यायचा अधिकार तिला आहे का? तिने

केव्हा लग्न करावे? कुणाशी करावे? लग्नानंतर पुरुषाप्रमाणे बाहेर काम करायला नवरा आणि सासूसासरे परवानगी देतील का? स्वत: मिळवलेल्या पैशावर तिचा अधिकार असेल का? गरज पडली तर आपल्या आईवडिलांची, भावंडांची जबाबदारी तिला घेता येईल का? आपली आजवरची ओळख पुसून टाकून तिला आयुष्याला नव्याने सुरुवात करावी लागेल का? नवऱ्याच्या उत्पन्नावर तिचा अधिकार असेल का? आपण किती वेळा आणि

केव्हा आई व्हावे हे ठरवायचा अधिकार तिला मिळेल का? नोकरीसाठी तिला कुटुंबापासून दूर जायची वेळ आली तर ते शक्य होईल का? दिवसभर काम करून घरी दमून आल्यावर मदतीसाठी पगारी नोकर ठेवायची परवानगी मिळेल का? वेळप्रसंग उद्‌भवला तर तिला तिच्या माहेरी जाता येईल का? की लग्नानंतर त्या घराची दारे तिला कायमची बंद होतील?

भारतीय समाजातील फार मोठ्या स्त्रीवर्गासाठी अजूनही आयुष्याचे चित्र पुसट, हललेले असले तरी काहींसाठी ते निश्चितपणे स्पष्ट होत चालले आहे. वरती विचारलेले प्रश्न या दिशेने होत असलेल्या बदलाचे द्योतक आहेत.

२

कृपया वाचू नका, बोला!

काही दिवसांपूर्वी मी कोलकत्त्याला होते. एका राष्ट्रीय वक्तृत्व स्पर्धेच्या आयोजनाचे निमित्त होते. फक्त विभागीय विजेते तिथे अंतिम स्पर्धेसाठी निमंत्रित केलेले होते. मी तिथे विशेषज्ञ आणि परीक्षक म्हणून उपस्थित होते. कार्यक्रमाचे प्रमुख पाहुणे पश्चिम बंगालचे राज्यपाल होते. स्पर्धेचा विषय होता, 'भारत देश आपल्या मनुष्यबळाचा विकास इतरांसाठी करतो आहे का?' या विधानाच्या बाजूने आणि विरुद्ध विद्यार्थी बोलणार होते.

माननीय राज्यपालांनी आपले लिखित भाषण वाचून दाखवले. त्यामध्ये आपल्या देशात मनुष्यबळाचा विकास इतरांसाठी होतो किंवा नाही यावर एका शब्दाने भाष्य केले नव्हते. त्याऐवजी आपल्याला विकासाची दृष्टी असणे किती आवश्यक आहे यावर भर होता. मला वाटले, फार छान! आता मनुष्यबळाचा उपयोग आणि विकासाची दृष्टी यांचा मेळ घालत ते या संदर्भात राष्ट्राचे, राज्याचे धोरण जाहीर करतीलच. पण तसे झाले नाही. त्यांनी भाषणाचा रोख मुलांमध्ये नैतिक मूल्ये कशी वाढीला लागतील याकडे वळवला. भाषण म्हणून ते चांगले बोलले पण आजच्या विषयाशी त्याचा काहीही संबंध नव्हता. ऐकत असताना माझी निराशा झाली. आपली अस्वस्थता लपवण्यासाठी मी राज्यपालांकडून ज्या भाषणाची अपेक्षा करत होते त्याचे टिपण लिहू लागले. मी लिहीत असताना राज्यपालांचे भाषण संपले आणि ते निघून गेले.

संयोजकांपैकी एक जण माझ्यापाशी आली आणि तिने मला राज्यपालांच्या भाषणाची प्रत हवी का विचारले. तिचे आभार मानून मी नकार दिला अन् म्हटले त्यांच्या भाषणाचे मी पुनर्लेखन केले आहे. तिला माझ्या बोलण्याचा रोख कळला नाही. मी जे लिहिले होते त्याचा मी कसा उपयोग करणार आहे हे मलाही नीटसे ठाऊक नव्हते. पण वेळ आली तेव्हा मी त्याचा चपखल उपयोग करू शकले.

स्पर्धेला सुरुवात झाली आणि तरुण विद्यार्थी हिरीरीने आपल्या भाषणातील मुद्दे श्रोत्यांना पटवून देऊ लागले. आपला देश मनुष्यबळाचा विकास इतरांसाठी कसा करत आहे हे सोदाहरण पटवू लागले. पैसा, वैयक्तिक यश, प्रसिद्धी, साहस, कुटुंबाची बांधिलकी, प्रतिष्ठा, आरामदायी आयुष्य, सत्ता, संधीची कमतरता, राखीवतेचे धोरण... इत्यादी अनेक कारणांमुळे दर वर्षी देशातील हजारो तरुण परदेशी स्थलांतरित होतात. आपला देश

या तरुणांच्या शिक्षणावर भरमसाठ पैसा खर्च करतो आणि त्यांतील सर्वांत बुद्धिमान तरुण इतर देशांच्या विकासासाठी आपली बौद्धिक संपत्ती वापरतात. देशाने त्यांच्यामध्ये केलेल्या गुंतवणुकीवर कोट्यवधी डॉलर्स कमावतात. काही विद्यार्थ्यांनी उलट बाजू मांडत म्हटले की आज देशात सॉफ्टवेअर क्षेत्रातील कामामुळे आपल्या देशाला कोट्यवधी डॉलर्स कमाई होते आहे. तेव्हा चित्र वाटते तितके निराशाजनक नाही.

त्यानंतर आम्हा विशेषज्ञांची अन् परीक्षकांची बोलायची वेळ आली आणि त्या वेळी माझ्या अस्वस्थतेला वाचा मिळाली. देशाचे धोरण ठरणाऱ्या लोकांकडून आम्हा प्रेक्षकांना उत्तरे हवी होती आणि ती दिली गेली नव्हती. विद्यार्थी बोलताना राज्यकर्त्यांनी विकासदृष्टीचा अभाव दाखवल्यामुळे ही परिस्थिती निर्माण झाली असा आरोप केलेला मी पाहिला होता. आणि नेमक्या याच मुद्द्यावर मी माझे टिपण लिहिले होते. राज्यपाल विषय बाजूला ठेवून कारण नसताना इतर मुद्द्यांवर बोलत राहिले होते.

बोलायला उभी राहिले तेव्हा माझ्या डोक्यात हेच सारे घोळत होते. आपल्या देशाने निकसित केलेले मनुष्यबळ देशाच्या प्रगतीसाठी वापरायचे असले तर राज्यकर्त्यांनी कोणती धोरणे आखायला हवीत, त्यावर कसा अंमल करायला हवा याबाबत मी विचार मांडले.

मी जे आधी टिपण केले होते ते आता माझ्या उपयोगी पडले. मनुष्यबळ हे केंद्र धरून देशासमोर कोणती विकासदृष्टी ठेवायला हवी याबद्दल मी बोलले. प्रत्येक मुलाला (त्यामध्ये मुलीही आल्या), त्याच्या घराजवळ, परिसरात उत्तम शिक्षण मिळायला हवे. चांगली आरोग्य-सेवा मिळायला हवी. त्याला भरपूर खेळायला तसेच सर्जनशीलतेला वाव मिळेल असे उपक्रम करायला मिळावेत. सकस खाणे हवे. प्रत्येकाला वयात आल्यावर एखाद्या व्यवसायाचे प्रशिक्षण मिळावे म्हणजे त्याच्या निर्वाहाचे साधन त्याला उपलब्ध होईल. प्रत्येकाच्या कुवतीनुसार, कल असेल त्यानुसार त्याला उच्च शिक्षणाच्या संधी प्राप्त व्हाव्यात. परिश्रम, चिकाटी या गुणांच्या बळावर प्रत्येकाला आपला भौतिक विकास करायला मिळावा. प्रत्येकाला त्याचे हक्क आणि कर्तव्ये या दोहोंचे शिक्षण मिळावे. मुलांना समाजसेवेत सहभागी

करून कृतज्ञ राहण्याचा, देण्याचा संस्कार मिळायला हवा. जेव्हा योग्य तऱ्हेने वाढलेले हे मूल मोठे होऊन कमावू लागेल, तेव्हा आपल्या उत्पन्नातील काही वाटा त्याने देशाला परत करावा, म्हणजे इतरांना तशाच सुविधा देणे शक्य होईल. एकाच खिडकीवर म्हणजे एका जागी तरुण उद्योजकाला, नोकरी-व्यवसायाची, विक्रीची, निर्मितीची, जागेची, कर्जाच्या उपलब्धतेची, कच्च्या मालाच्या बाजाराची माहिती मिळायला हवी.

माझ्या विकासदृष्टीच्या कल्पनेबद्दल बोलून झाल्यावर मी त्यांना प्रमुख पाहुणे बोलावताना एक अट घालायची सूचना केली. पाहुण्याने कुणीतरी लिहिलेले भाषण वाचून दाखवण्यापेक्षा प्रेक्षकांशी संबंधित विषयावर चर्चा करावी, मनाची देवघेव करावी. त्यामुळे दोघांचाही फायदा होईल. अशा प्रसंगाकडे विचारमंथन, शिक्षण घेण्याची संधी म्हणून पाहिले जावे. आणि सरकारच्या विकासाचा रोख योग्य दिशेने आहे याचे मूल्यमापन व्हावे.

प्रेक्षकांनी टाळ्या वाजवून माझ्या विकासदृष्टीबद्दलच्या विचारांचा आणि सूचनेचा स्वीकार केला. प्रमुख पाहुण्यांनी माझे भाषण ऐकले नाही हे माझे सुदैवच म्हणायचे. दुसऱ्या दिवशीच्या वर्तमानपत्रांनी या टीकेच्या बातमीला अजिबात स्थान दिले नाही हे बरे झाले. फक्त माझा आणि प्रमुख पाहुण्यांचा शेकहँड करताना फोटो तेवढा होता.

माझी अशी समजूत आहे की कुणालाही आपले कुटुंब, घर, देश सोडून परक्या देशात कायमचे राहायची इच्छा नसते. अगदी नाईलाज झाला तरच देश सोडून जातात. इथे योग्य संधी मिळाली तर तसे होणार नाही. अनेक वर्षे विकासदृष्टीच्या अभावाने राज्यसकट चालवत राहिल्यामुळे आज अशी परिस्थिती निर्माण झालेली आहे.

३

माझ्या पालकांसारखे पालक

माझ्या घरातील खाजगी पुरुष मदतनीसाला दोन छोट्या मुली आहेत. त्यांची वये अनुक्रमे नऊ आणि सात अशी आहेत. गेले दशकभर तो आमच्या कुटुंबातील एक होऊन राहतो आहे. तो जेव्हा पहिल्यांदा आला तेव्हा त्याचे लग्न झाले होते पण त्याने सोबत पत्नी आणली नव्हती. उत्पन्नाचे पुरेसे साधन नसल्याने कुटुंब पोसणे त्याला अवघड वाटले होते. नंतर तो तिला घेऊन आला.

त्याच्या दोन्ही मुली उत्तम खेळाडू आहेत. त्या सदैव उत्साहाने रसरसलेल्या असतात. आमच्या सर्वांचे लक्ष होते म्हणून कदाचित त्याने मुलींना फी घेणाऱ्या चांगल्या शाळेत दाखल केले होते. मुलींचे खर्च भागवण्यासाठी त्याचा निम्मा पगार खर्च होई. त्यामुळे त्याला नेहमी पैशाबाबत असुरक्षित वाटे. त्याचे मुलींवर निःसंशय प्रेम आहे, पण पैसा मोठा की मुलींचे शिक्षण, यांबद्दल तो रांभ्रमात आहे. आमचे लक्ष आहे म्हणून त्याने मुलींना अजून त्या शाळेतून काढलेले नाही. पण ज्या दिवशी तो स्वतंत्र होईल त्या दिवशी तो बहुतेक त्यांना त्या शाळेतून काढेल.

शिक्षण की पैसा या त्याच्या संभ्रमाबद्दल मला लिहायचे नाही. एक विदारक सत्य या निमित्ताने मला दिसले त्याबद्दल मला सांगायचे आहे. एके दिवशी त्याच्या मुलीला मी काठीने बॉलला मारताना पाहिले. ती माझ्या बागेत खेळत होती. त्या वेळी तिच्या आणि माझ्या बालपणातील विदारक फरक माझ्या लक्षात आला.

मला आठवते, मी जेव्हा तिच्या वयाची होते तेव्हा टेनिसची रॅकेट आणि इतर सर्व साहित्य मला खेळण्यासाठी, त्यात प्राविण्य मिळवण्यासाठी आणून दिलेले होते. आम्ही त्या वेळी अमृतसरला होतो. मी आणि माझी धाकटी बहीण रीता शाळेतून सरळ टेनिसकोर्टवर खेळायला जातो आहोत यावर आमच्या पालकांचे लक्ष असायचे. तिथे माझी आई फळे आणि दूध घेऊन आधीच हजर असे. वडील टेनिसकोर्टवर आणि बाहेर आम्हाला नीट शिकवत आहेत ना, हे पाहायला उपस्थित

राहात. आम्हाला मार्गदर्शन करायला, स्पर्धेतून भाग घेऊन प्रावीण्य मिळवायला, सर्वोत्तम बनायला त्यांनी सतत उत्तेजन दिले. त्या त्या कामात झोकून देऊन सर्वोत्कृष्ट बनण्यासाठी आम्हाला त्यांनी एक दृष्टी दिली होती.

त्या छोट्या मुलीच्या वयाची मी होते, तेव्हा माझ्या आयुष्यात हे सर्व घडत होते. ती मात्र काठीने तो हवा गेलेला फुटबॉल ढकलत होती. माझ्यात जे जे त्या वयात होते, ते सर्व काही त्या मुलीत होते. तिलाही चँपियन बनायचे आहे. तिच्यामध्ये उत्तम खेळाडू होण्यासाठी लागणारे सर्व काही आहे. शरीरयष्टी आहे, मानसिक ठेवण आहे. पण तिच्याकडे माझ्यापाशी असलेली एक गोष्ट नाही; योग्य, पोषक असे वातावरण नाही. ते मला माझ्या पालकांमुळे मिळू शकले. तिच्या वडिलांना पैशापुढे साधे पारंपरिक शिक्षण महत्त्वाचे आहे की गौण आहे हे अजून ठरवता येत नव्हते. तिची आई कुठेकुठे घरकाम करते. माझ्या घरापासून खेळाचे संकुल फारसे दूर नाही. तरीही तिच्या आईला त्या सरकारी मोफत जागेत नेऊन तिला खेळायला घ्यायची इच्छा होत नाही. ती अशिक्षित आहे. तिला आपण लिहायला, वाचायला शिकावे, एखादे व्यवसाय कौशल्य शिकावे असे वाटत नाही. ते सहजपणे जवळ उपलब्ध होत असूनही तिला तशी इच्छा होत नाही. तिने ते केले तर तिच्या कुटुंबाचे उत्पन्न वाढले असते, पण नाही.

अशा लहान मुलींच्या आणखी एका दुर्दैवाबद्दल मला मुद्दाम सांगावेसे वाटते. त्यांचे वडील अधूनमधून नाहीसे होतात अन् दारू पिऊन झिंगून घरी येतात. रात्रभर ते कुठे असतात ते बायको-मुलांना ठाऊक नसते. आमच्या घरात आम्ही झोपल्याची खात्री केल्याशिवाय पालक झोपायला जात नसत.

मी जेव्हा अशा मुलींकडे पाहते तेव्हा मला नियतीचा, दैवाचा हात त्यामध्ये दिसून येतो. 'तो' हात, जो कुणी कुठे जन्म घ्यावा हे ठरवतो. कुणाला कसे पालक मिळणार आहेत हे त्या हाताच्या इशाऱ्यावर ठरते. ठराविक वयापर्यंत या मुलींप्रमाणे मी माझ्या पालकांनी निर्माण केलेल्या परिस्थितीवर, वातावरणावर संपूर्णपणे अवलंबून होते. पण या दोन परिस्थितींत जमीन-अस्मानाचा फरक होता. या मुलींनी काय पाप केले होते की त्यांच्या वाट्याला असे घर यावे आणि आम्ही काय पुण्य केले होते की आमच्या वाट्याला इतके उत्तम पालक आले? मी तिला खेळताना बघते आणि या प्रश्नांची उत्तरे शोधायचा प्रयत्न करते.

पालकत्व ही माणसाची सर्वांत मोठी जबाबदारी आहे. त्यासाठी कुठेही योग्य शिक्षणाची सोय नाही, प्रशिक्षण नाही, जागृती नाही. पालक बनायची लायकी तपासण्याची यंत्रणा नाही, काही किमान गुण नाहीत, मार्गदर्शन नाही, कायदे नाहीत, पालकांची कर्तव्ये कोणती हेही स्पष्टपणे कुठे लिहिलेले नाही.

पालक फक्त त्या मुलाच्या वा मुलीच्या दैवावर अवलंबून आहे. नियतीने जे

पालक तिच्यासाठी ठरवलेत तिथेच ते मूल वाढते. एकदा तो वाढीचा काळ गेला की कायमचा गेला. मूल मोठे होताना जे संचित गोळा करते, त्यावर त्याला उर्वरित आयुष्य काढावे लागते. ते संचित कमी होईल, वाढेल किंवा तितकेच राहील. तरी प्रश्न उरतोच. या मुलीसारखी गुणी मुले, बेजबाबदार, पालक बनायला नालायक आईबापांच्या

पोटी का जन्म घेतात? ही आयुष्यातील न सुटलेली कोडी आहेत. आम्हा सामान्य माणसांना ती समजत नाहीत, सुटत नाहीत, सोडवता येत नाहीत. या प्रश्नांची उत्तरे आपल्याला मिळाली तर? कल्पना करा, जगाचे चित्र कसे दिसेल? कदाचित सर्व मुले माझ्या आईवडिलांसारखे पालक निवडतील.

४

हत्ती असा खावा

दोन वर्षांपूर्वी पोलीस खात्यातील स्त्री-कर्मचाऱ्यांनी एक इतिहास घडवला. पोलीस खात्यातील सर्व पदांवरच्या स्त्रिया एका राष्ट्रीय परिषदेमध्ये दिल्लीत एकत्र आल्या. स्वतंत्र देशाच्या चौपन्न वर्षांच्या इतिहासात प्रथमच असे घडले. काही संस्थांनी दोन वर्षे केलेल्या अथक परिश्रमाची ही फलश्रुती होती. ब्रिटिश कौन्सिल, गृहखात्याच्या अखत्यारीतील ब्युरो ऑफ पोलीस रिसर्च अँड डेव्हलपमेंट या संस्थांनी ही परिषद भरवायचे ठरवले आणि पंजाब, आंध्रप्रदेश, पश्चिम बंगाल, मध्यप्रदेश यांच्या पोलीस महासंचालनालयांनी परिषदेचे यजमानपद भूषवले. भारतीय पोलीस सेवेतील तरुण स्त्री-अधिकारी – रीना मित्रा, अनिता पुंज, चारू, मालिनी, तेजदीप, श्रीदेवी – आणि इतर जणींनी या परिषदेत मार्गदर्शन केले अन् महत्त्वाची भूमिका बजावली. स्त्री कर्मचाऱ्यांनी एकत्र येणे हाच एक महत्त्वाचा आत्मशोध होता.

पोलीस खात्यातील स्त्रियांनी इतिहास घडवला असे जेव्हा मी म्हणते, तेव्हा माझ्या वक्तव्याला अनेक पदर आहेत. पहिले म्हणजे हे एकत्र येणे दोन्ही दिशांनी होते. देशभरातील साडेतीनशे स्त्रिया त्यांचे वेगवेगळे मुद्दे, कामाचे स्तर आणि पारंपरिक मानसिक घडण विसरून एकत्र आल्या, ही मला महत्त्वाची घटना वाटते. त्यांतील ९४ टक्के स्त्रिया नॉन गॅझेटेड, म्हणजे उपनिरीक्षक पदापेक्षा खालच्या पातळीवरील नेमणूक असलेल्या होत्या. फक्त चार टक्के, भारतीय पोलीस सेवा ही कठीण चाचणी परीक्षा देऊन गॅझेटेड पदावर नियुक्त झालेल्या होत्या. इतिहास म्हणायचे कारण, तीन दिवस त्यांच्यामध्ये एकत्रित चर्चा झाल्या. आपल्या देशातील पोलिसी संस्कृतीमध्ये अधिकाराचे स्वतंत्र कप्पे आहेत आणि वर्चस्वाची उतरंड काटेकोर पाळली जाते. माझ्या तीस वर्षांच्या सेवेत मी असे सर्व पातळ्यांवरील अधिकाऱ्यांचे एकत्र येणे अनुभवले नव्हते. मला वाटते की पुरुषांना सत्ता, अधिकार या बाबतीत परंपरागत अहंभाव असतो. अधिकार वाढतो तशी ही मनोवृत्ती कडक बनत जाते. आपल्या वर्चस्वाच्या उतरंडीमध्ये लवचीकपणा

आणलेला त्यांना मानवत नाही. काही अपवाद वगळता वरच्या श्रेणीतील अधिकारी खालच्या श्रेणीत सहभागी होत नाहीत. साधे त्यांचे ऐकूनही घेत नाहीत.

दुसरी महत्त्वाची बाब अशी, की ही परिषद दिल्लीच्या विज्ञान भवनात भरली होती. तिथे राज्याचे पोलीस महासंचालक (डायरेक्टर जनरल ऑफ पोलीस) आणि पोलीस महानिरीक्षक पदावरच्या (इन्स्पेक्टर जनरल ऑफ पोलीस) अधिकाऱ्यांच्या दर वर्षी परिषदा भरतात. एकीचे यजमानपद हेर खाते (इंटेलीजन्स ब्युरो) भूषवते तर दुसरीचे सेंट्रल ब्युरो ऑफ इन्व्हेस्टिगेशन्स, म्हणजे तपास यंत्रणा भूषवते. या परिषदेच्या निमित्ताने पहिल्यांदा निम्न श्रेणीतील अधिकारी त्याच खुर्च्यांवर, त्याच सभागृहात, त्याच व्यासपीठावर बसले होते. देशाचे गृहमंत्री माननीय श्री. लालकृष्ण अडवाणी यांनी त्यांची गाऱ्हाणी ऐकून घेतली आणि त्यांना आपली बाजू ऐकवली. महासंचालकांची संमेलने होतात त्यापेक्षा या परिषदेत घरगुतीपणा होता, वेगळे रंग होते आणि एकमेकांच्या विचारांच्या देवघेवीत खुलेपणा होता. मी दोन्ही ठिकाणी हजर होते म्हणून हे अधिकारवाणीने सांगू शकते.

या परिषदेतील तिसरी ऐतिहासिक घटना म्हणजे, पोलीस खात्यातील स्त्रिया विभाग, पद यांचा विचार न करता राष्ट्रीय भावनेने एकत्र आल्या. यापूर्वी त्यांना आपण अशा एकत्र येऊ, आपले विचार ऐकवू, देशाच्या सुरक्षेत आपल्या महत्त्वाच्या सहभागाबद्दल खुलेपणाने बोलू याची जाणीवच झालेली नव्हती. गंमत म्हणजे यांतील काही जणींनी या निमित्ताने प्रथमच आपल्या राज्याबाहेर पाऊल टाकले होते.

चौथी महत्त्वाची घटना म्हणजे त्यांतील सर्व जणी प्रथम विभागीय परिषदा घेऊन एकत्र आलेल्या होत्या. त्यानंतर त्या तीन महिन्यांच्या व्यक्तिमत्त्व विकासाच्या कार्यक्रमाला उपस्थित राहिल्या होत्या. हा कार्यक्रम त्यांच्यासाठी त्यांच्यातील गॅझेटेड पदावरच्या अधिकाऱ्यांनी राबवला होता. ब्रिटनमधील स्प्रिंग बोर्ड इन्कॉर्पोरेशन नावाच्या एका सुप्रसिद्ध प्रशिक्षण केंद्रामार्फत ब्रिटिश कौन्सिलने हा विकास कार्यक्रम त्यांच्यापर्यंत पोहोचवला होता.

त्यांना जे सांगायचे होते ते त्यांनी एकत्र येऊन सांगितले, हेही या परिषदेला ऐतिहासिक म्हणण्याचे कारण आहे. इतक्या वर्षांनी त्यांनी पहिली साधी मागणी मांडली, की त्यांना पोलीस चौकीत स्वतंत्र प्रसाधनगृह आणि विश्रांतीची खोली असावी. पोलीस वसाहतीत पाळणाघराची सोय असावी. तसेच एकत्रितपणे त्यांनी निदर्शनास आणून दिले, की त्यांच्या नियुक्तीसाठी विभाग निवडताना त्यांना डावलले जाते, मुद्दाम मागे ठेवले जाते. त्यासाठी त्यांनी श्रीमती जया इंदरसेन नावाच्या एका नावाजलेल्या समाजशास्त्र विदुषीच्या अहवालाचा पुरावाही सादर केला.

आपल्या विचारांना यापुढे वाचा मिळावी म्हणून स्त्रियांनी एका संघटनेची स्थापना केली. त्यायोगे यापुढेही त्या एकत्र राहतील आणि आपली मते संघटनेच्या

व्यासपीठावर मांडू शकतील. एक हंगामी संघटना (फोरम) तिथे लगेचच स्थापन करण्यात आली.

माननीय गृहमंत्री श्री. लालकृष्ण अडवाणी यांनी या ऐतिहासिक परिषदेचे महत्त्व जाणले. आपण या घटनेचे साक्षीदार असल्याचा अभिमान व्यक्त केला. एकत्र येण्याचे महत्त्व जाणून त्यांच्या प्रयत्नांना पाठिंबा दिला. वरिष्ठ अधिकाऱ्यांप्रमाणे अशी परिषद तुम्हीही दर वर्षी आयोजित

करायला हवी असे सांगितले. एकत्र येऊन स्त्रियांनी आपली मते मांडण्याच्या प्रयत्नाबद्दल त्यांनी आदर व्यक्त केला. स्त्रियांची पोलीस खात्यातील मानाची जागा त्यांना मिळायला हवी असे त्यांच्या कृतीतून व्यक्त झाले.

या परिषदेतील एक महत्त्वाची गोष्ट म्हणजे ब्रिटिश पोलीस खात्यातील प्रमुख सुपरिटेंडंट या पदावरील श्रीमती सुझेट डेव्हनपोर्ट यांची उपस्थिती होय. त्यांनी ब्रिटनमधील स्त्री-पोलीस एकत्र येऊन संघटनेची कशी वाटचाल झाली, काय मिळवले यांबद्दल तसेच या सेवेतील स्त्री-पुरुष भेदाबद्दल स्पष्टपणे आपले मत मांडले. कार्यक्रम सांगितले. त्यांची ब्रिटिश असोसिएशन ऑफ विमेन पोलीस ही संघटना असून त्यामध्ये त्यांनी अनेक उदारमतवादी, संवेदनशील पुरुषांनाही सहभागी करून घेतलेले आहे. श्रीमती टीना मार्टिन नावाच्या एका स्त्री कॉन्स्टेबलने याबद्दल प्रथम विचार मांडून काही दशकांपूर्वी या चळवळीला सुरुवात केली.

सुझेट पुढे म्हणाल्या, ''आम्ही १९६० साली जिथे होतो, तिथे तुम्ही आज पोहोचलेल्या आहात. तेव्हा आमच्यासमोर जणू अडचणींचा हत्ती उभा होता आणि आम्ही तो खायचे ठरवत होतो.''

पोहोण्याच्या प्रशिक्षक श्रीमती जेनी डेझीली यांनी सुझेट यांचे वक्तव्य पुढे नेत म्हटले, ''लक्षात ठेवा, जेव्हा खाण्यासाठी समोर हत्ती असतो तेव्हा तो तिळातिळाने खायचा असतो.''

मी त्या बोलण्याला पाठिंबा देत सूचना केली, ''आपण शेपटीपासून सुरुवात करावी.''

त्यावर मध्येच जेनी म्हणाल्या, ''जेव्हा खायला सुरुवात करता तेव्हा तो हत्ती तुम्हाला लाथा मारणार नाही, तुमच्यावर चिखल उडवणार नाही याची काळजी घ्या.''

सर्व जणींनी एकमुखाने या बोलण्यावर प्रतिक्रिया व्यक्त केली. ''यापुढे असे होणार नाही. आज आम्हाला हत्ती कसा खावा याचे प्रशिक्षण मिळाले आहे.''

महिला दिनाच्या निमित्ताने या बोलक्या ऐतिहासिक घटनेचे स्मरण करणे मला उचित वाटते.

५

आणखी कॅप्टन थापर कसे निर्माण होतील?

मी एका शाळेच्या कार्यक्रमाला गेले होते. तिथे मुलांपेक्षा पालक जास्त संख्येने हजर होते. मुले कुठे होती मला ठाऊक नाही. नंतर त्यांचा सांस्कृतिक कार्यक्रम होता, त्याची तयारी पडद्यामागे करत असावीत. सभागृहात सर्व मोठी माणसे होती. बहुतेक सर्व तरुण पालक होते. आपली मुले सर्वांसमोर येऊन नाचत आहेत, गात आहेत, कार्यक्रम सादर करताहेत याचा आनंद, उल्हास त्यांच्या चेहऱ्यांवरून निथळत होता. मलाही त्या वातावरणाने सुखद आठवणींमध्ये नेले. अशा प्रकारच्या कार्यक्रमात मी भाग घेऊन फार काळ लोटला नव्हता. मी आणि माझी मुलगी. काळ किती झराझरा सरतो. मला ते सर्व कालच घडल्यासारखे वाटत होते. मला जेव्हा बोलण्यासाठी सुचवण्यात आले तेव्हा मी उपस्थितांना माझ्या या भावनांमध्ये सहभागी करायचे ठरवले.

त्या कार्यक्रमाला शाळेने कॅप्टन थापरच्या आईवडिलांना खास निमंत्रण देऊन बोलावले होते. कॅप्टन थापर हे नाव आठवते ना? कारगिल युद्धात देशासाठी प्राणत्याग करून वीरगती प्राप्त झालेला तरुण कॅप्टन थापर. या हिरोच्या चित्राचे अनावरण त्याच्या आईवडिलांसह करायला मला शाळेच्या संचालकांनी सांगितले होते. ते छायाचित्र स्टेजवर आदराने लावलेले होते. या घटनेने मी हेलावून गेले.

मनाच्या त्या भावाकुल अवस्थेत मला उपस्थित प्रेक्षकांसमोर बोलायला सांगण्यात आले. मी प्रेक्षकांना विचारले, ''तुमची मुले आता लहान आहेत. ती किती चटकन मोठी होणार याची तुम्हांला कल्पना आहे का? काळ वेगाने धावतो. मला आणि तुम्हाला त्याने ज्या वेगाने मोठे केले, तोच वेग त्या मुलांसाठी असणार आहे. मुले मोठी झाल्यावर त्यांनी आपल्या बालपणातील कायकाय आठवावे असे तुम्हाला वाटते? माझ्या मते आज ती मुले घरात, शाळेत जे बघतात तेच त्यांना मोठेपणी आठवणार आहे. ती आपल्या पालकांची, आजी-आजोबांची, नातेवाईकांची आणि

शिक्षकांची वागणूक बारकाईने पाहतात.

"तुम्हाला वाटत असेल की ही मुले लहान आहेत, त्यांना काही समजत नाही, तर तुमची समजूत चुकीची आहे. ही मुले आपल्याला जोखत असतात. ती आपल्या आईवडिलांचे, एकमेकांशी असलेल्या वागण्याचे निरीक्षण करतात. आज तुम्ही त्यांना काय बरोबर, काय चूक आहे यांबद्दल सांगता. उद्या तेच तुम्हाला तुमचे काय बरोबर, काय चूक आहे ते दाखवून देतील. ती मुले जे बनतील ती तुमच्याच कृतीची फळे आहेत. काही तुमच्या चुकांविरुद्ध बंड करतील तर काही तुमच्या कार्याबरोबर स्पर्धा करतील. पण जसजशी मुले मोठी होतात तसे ते घरातील वातावरण, त्यांना मिळालेले संस्कार यांच्या प्रतिमा आपल्या वागणुकीतून दर्शवतात. तेव्हा जपून राहा. तुम्हां सर्वांचे सतत निरीक्षण होते आहे. लवकरच तुमची मुले मोठी होऊन तुमच्या डोळ्यांना डोळे भिडवून बोलणार आहेत.

"आज उत्तम चारित्र्याच्या स्त्री-पुरुषांची देशाला आत्यंतिक गरज आहे. देशाची सुरक्षितता, एकात्मता यांचे रक्षण अशाच नागरिकांकडून होत असते. या मुलांतूनच पुढे कॅप्टन थापरसारखे तरुण-तरुणी निर्माण व्हायला हवेत. ही सर्व मुले आपापल्या क्षेत्रातील सैनिक, पोलीस व्हायला हवी आहेत. त्यांना देशाचे रक्षण करायचे आहे. आज जर या मुलांतून आपण असे तरुण घडवू शकलो नाही तर नंतर फार उशीर होईल. कदाचित देशामध्ये शूर सैनिक, ध्येयवादी पोलीस आणि देशभक्त नागरिक उरणार नाहीत.

"या देशातील प्रत्येक नागरिकाने सेनापती बनायला हवे. त्यासाठी खाकी गणवेश घालायची गरज नाही. प्रत्येक शूर, शिस्तप्रिय, देशभक्त नागरिक सेनापती असतो. तो चारित्र्यवान असतो. साध्या कपड्यांतही आपले कर्तव्य नीट निभावून तो देशाचे रक्षण करतो. सतत जागरूक राहून, संकटांना तोंड देण्याच्या तयारीत राहून प्रत्येक नागरिक सेनापती बनू शकतो.

"चारित्र्यवान नागरिक हे फक्त आदर्श स्वप्नरंजन नसते, यासाठी सतत प्रयत्न करावे लागतात. देशहिताचा विशाल हेतू डोळ्यांसमोर ठेवून प्रत्येकाने प्रगतिपथावर चालावे लागते. स्वत:ची परिश्रमाने अशी उन्नती करायची वेळ आता आलेली आहे.''

!

प्रत्येक शूर, शिस्तप्रिय, देशभक्त, चारित्र्यवान नागरिक सेनापती असतो. **!**

त्यानंतर मी पालकांना, शिक्षकांना आठवण करून दिली की ही मुले लवकरच मोठी होऊन त्यांच्या वागणुकीचा ताळेबंद मांडणार आहेत. आपण त्यांना असे वाढवू की ते आपले आभार मानतील. शब्दांतून, कृतीतून आपली कृतज्ञता व्यक्त करतील. चारित्र्यवान मजबूत व्यक्तिमत्त्वे घडवली, त्यांच्या जगण्याला हेतू दिला, म्हणून त्यांना आपला अभिमान वाटेल. आज जसे आपण कॅप्टन थापर

आणि त्यांच्यासारख्या हजारो तरुण सैनिकांनी देशाच्या एकात्मतेसाठी आपली प्राणाहुती दिली म्हणून त्यांची आठवण काढतो तसे ते उत्तम नागरिक घडवले म्हणून आपली आठवण काढतील. कॅप्टन थापरसारख्या शूरवीराची, मानवजात असेपर्यंत देशाच्या इतिहासात आठवण काढली जाईल. असे शूरवीर घडण्यासाठी पालकांनी, शिक्षकांनी त्यांच्यापुढे ध्येयवादी, आदर्श वागणूक ठेवायला हवी. त्यासाठी हवी ती किंमत मोजायला हवी. आज ती किंमत चुकती करणे किंवा भविष्यात चारित्र्यवान नागरिकांच्या अभावामुळे होणाऱ्या भीषण परिणामांना तोंड देणे, हे दोनच पर्याय आता तुमच्यासमोर आहेत. कदाचित त्यासाठी आताच वेळ टळून गेलेली असेल. तरी पण कधीच न करण्यापेक्षा उशिराने केलेले श्रेयस्कर असते हे लक्षात असू द्या.

६

तुमच्या सर्व शक्तीनिशी...

काही दिवसांपूर्वी मी एका आंतरशालेय कार्यक्रमाला उपस्थित राहिले होते. रोटरी क्लबने आयोजित केलेल्या त्या कार्यक्रमाला दोन-एक हजार विद्यार्थ्यांनी सभागृह तुडुंब फुलले होते. मुलामुलींबरोबर त्यांचे शिक्षकही होते. मी माझ्या कामावरून थेट तिथे गेले होते आणि तिथून लगेच मला एका महत्त्वाच्या कामासाठी जायचे होते. अर्थातच माझे भाषण तयार नव्हते. वेळ अगदी थोडा होता म्हणून मी पोहोचल्याबरोबर भाषणाला सुरुवात करावी आणि संपल्यावर लगेच निघून गेले तरी चालेल पण तुम्ही याच असे आयोजकांनी आवर्जून सांगितले होते. माझ्या दोन कार्यक्रमांमध्ये मी हा कार्यक्रम बसवला होता.

मी सभागृहात पोहोचल्या पोहोचल्या माझे स्वागत करून लगेचच बोलण्यास सांगण्यात आले. मला अजून समोरच्या मुलांचा अंदाज आला नव्हता. तितका वेळही हाताशी नव्हता. मी लगेच माईकजवळ गेले आणि सुरुवात केली, ‘‘एक पालक म्हणून तुमच्याशी बोलायला, तुम्हाला मार्गदर्शन करायला मी कर्तव्यभावनेने आलेली आहे. तुम्हाला नेमके काय हवे हे मला ठाऊक नाही. माझ्याकडून तुम्हाला काय ऐकायचे आहे हेही मला माहीत नाही, कारण तुम्ही मोठेपणी काय व्हायचे ठरवलेय हेच मला ठाऊक नाही. तुम्हाला कोण व्हायचे आहे? सामान्य विद्यार्थी? चांगला विद्यार्थी? फार चांगला की सर्वोत्कृष्ट? तुम्हाला यांतील काय व्हायचे आहे त्यावर अवलंबून मला माझे विचार मांडावे लागतील. तुम्हाला जे नको आहे ते सांगून उपयोग नाही.’’

मी त्यांना मुद्दाम चिथावत होते आणि माझ्या अपेक्षेप्रमाणे सभागृहाच्या सर्व भागांतून आवाज येऊ लागले, ‘‘आम्हाला सर्वोत्कृष्ट बनायचे आहे.’’ त्या सर्वांना सर्वोत्कृष्ट (आऊटस्टँडिंग) कसे बनावे याबद्दल मार्गदर्शन हवे होते. मी विचारले ‘‘नक्की?’’ आणि त्या सर्वांनी मोठ्याने होकार दिला.

"हे बघा, तुम्ही पुन्हा एकदा नीट विचार करून मला उत्तर द्या. कारण सर्वोत्कृष्ट बनणे याचा अर्थ फार मोठा आहे.'' त्यावर उत्तर आले, "आम्हाला सर्वोत्कृष्ट बनण्यासाठी काय करावे हेच ऐकायचे आहे.''

मग मी माझ्या भाषणाला सुरुवात केली.

"पहिल्यांदा तुमच्या मनात पक्के ठसू द्या, की सर्वोत्कृष्ट बनण्यासाठी तुमच्याकडचे सर्व काही पणाला लावावे लागेल. हे नीट ध्यानात ठेवूनच पुढे जाता येते. सकाळी उठलेल्या क्षणापासून रात्री झोपेच्या क्षणापर्यंत तुमचे प्रत्येक मिनिट ही सर्वोत्कृष्टता गाठण्यासाठी केलेली गुंतवणूक ठरायला हवी आहे. मनात जे विचार येतील, हातून जी कृती होईल ते सर्व एकमेकांना पूरक ठरवून तुम्हाला सर्वोत्कृष्टतेकडे नेण्यासाठी ऊर्जा पुरवणारे साधन व्हायला हवे. हे सर्व नैसर्गिक, सहज व्हायला हवे. उत्तम विचार आणि पूरक कृती यांपासून जराही विचलित होऊन चालणार नाही. परत या सर्वांचा ताण येऊ नये असे वागणे हा तुमचा सहज स्वभाव बनायला हवा. या सवयी लहान उमलत्या वयातच लागू शकतात. आज तुम्ही सर्व जण त्या वयोगटात आहात. तुम्हाला अशी सवय लावून घेणे शक्य आहे.

"त्यासाठी उठल्याबरोबर प्रथम तुमच्याकडे जे जे चांगले आहे ते तुम्हाला ज्यांनी दिले आहे त्यांचे आभार माना. दिवसाची सुरुवात कृतज्ञतेच्या भावनेने करा. त्यानंतर आपल्याकडे जे जे गुण आहेत त्याचा पुरेपूर वापर कसा करता येईल याचा विचार करा. आपल्याजवळ जे नाही त्यावर व्यर्थ विचार करून दिवसाची सुरुवात करू नका. अशा राकारात्मक निचारांना मग योजनाबद्ध रीतीने कृतीत आणा. त्यामुळे तुमचा प्रत्येक दिवस कारणी लागेल आणि दिवसागणिक तुमचे एकेक पाऊल पुढे पडलेले तुम्हाला जाणवेल. काही दिवसांनी तुमच्या लक्षात येईल की खर्च झालेला प्रत्येक दिवस तुमच्या खात्यात जमा म्हणून नोंदला गेला आहे.

"तर महत्त्वाचा मुद्दा लक्षात ठेवा, उत्कृष्ट बनणे म्हणजे आपले आचार, विचार, कृती योजनाबद्ध रीतीने शिस्तीत पार पाडणे. तुमचे अग्रक्रम स्पष्ट हवेत. तुम्ही विद्यार्थिदशेत असताना अभ्यास हा तुमचा पहिला अग्रक्रम असेल. उरलेल्या वेळाचे नीट नियोजन करून तुमच्या व्यक्तिमत्त्वाची पूरक वाढ होईल असा खर्च करा.

"पूर्वी तुम्ही बालवाडीत होता. आता माध्यमिक शाळेत आहात. तो काळ जसा निघून गेला तसा हाही जाईल. लवकरच तुम्ही कॉलेजात, विद्यापीठात शिकायला जाल, नंतर काम करू लागाल. या सर्व जागी तुम्हाला उत्कृष्ट बनायचे असेल, तर तुमच्या ठरवलेल्या अग्रक्रमांवर सर्व लक्ष केंद्रित करा. त्याच वेळी तुम्हाला जे मिळते आहे त्याबद्दल मनामध्ये कृतज्ञतेची भावना असू द्या. तुम्ही नक्की यशाच्या, आनंदाच्या

उत्कृष्ट बनणे म्हणजे आपले आचार, विचार, कृती योजनाबद्ध रितीने शिस्तीत पार पाडणे.

मार्गावर चालत असलेले तुम्हाला आढळून येईल. जेव्हा जेव्हा तुमच्या वाट्याला अपयश येईल तेव्हा त्यावर मात करायला तुम्हाला बळ मिळेल. जर अशा पद्धतीने तुम्ही तुमच्या जीवनात कृतज्ञतेची जोड देत नियोजनपूर्वक परिश्रम कराल तर तुम्ही उत्कृष्ट बनाल.''

७

विकासदृष्टीला प्रणाम करा

काही काळापूर्वी नवोदय लीडरशीप (नेतृत्व) संस्थेच्या आणि जवाहर नवोदय विद्यालयाच्या संचालक आणि शाळाप्रमुख यांना भेटायची संधी मला मिळाली. देशभरातून ऐंशीहून अधिक लोक एका राष्ट्रीय कार्यशाळेसाठी आले होते. त्यांच्यासाठी दिल्ली पब्लिक स्कूल सोसायटीने त्यांच्या नवी दिल्लीतील वसंतकुंज भागातील शाळेत ही कार्यशाळा आयोजित केलेली होती. या कार्यशाळेचा प्रमुख हेतू होता खेड्यापाड्यांत पसरलेल्या आणि केंद्रीय सरकारने चालवलेल्या जवाहर नवोदय विद्यालयांतून उत्तम शिक्षण देणे. दिल्लीच्या पब्लिक स्कूलमधून ज्या पातळीचे शिक्षण दिले जाते, तसे शिक्षण या शाळांतून देण्यासाठी दोन्ही शाळा संकुलांत दीर्घ मुदतीचे सहकार्य असावे असा समन्वय ठेवणे, ही निःसंशय उच्च ध्येयाने प्रेरित, देशभक्तीपर आणि दूरगामी विकासदृष्टीची योजना आहे. तिची सुगंधुर फळे देशाला नक्कीच मिळतील. मला या शाळांचे प्रमुख ध्येयासक्त, उत्साही शिक्षक असलेले आढळून आले. आपापल्या विद्यार्थ्यांच्या विकासासाठी ते समर्पित भावनेने काम करत होते. सरकारी खात्यात अशी माणसे फारशी आढळत नाहीत. त्यांतील प्रत्येक जण आपल्या विद्यार्थ्यांच्या भल्यासाठी नव्या कल्पनांचा स्वीकार करून त्या राबवण्यासाठी उत्सुक होता.

या जवाहर नवोदय विद्यालय शाळांचा संपूर्ण खर्च केंद्रसरकार करते. देशभर खेड्यापाड्यांत पसरलेल्या चारशे त्रेसष्ट शाळा आहेत. सव्वा लाख विद्यार्थी त्यात शिक्षण घेत आहेत. त्यांतील ७९% मुले खेड्यांतील आहेत. यापैकी ३४% मुली आहेत. २४% अनुसूचित जातींचे तर १४% अनुसूचित जमातींचे आहेत. प्रत्येक विद्यार्थ्यासाठी दर वर्षी सरकारला २०,०४० रुपये खर्च येतो. त्यांमध्ये शिक्षकांचे पगार, मुलांच्या राहण्या-जेवण्याचा खर्च, गणवेश, पुस्तके-वह्या व इतर किरकोळ खर्च, प्रवास व वैद्यकीय खर्च हे सर्व समाविष्ट आहेत.

सहावीपासून वरच्या वर्गांतील विद्यार्थी गुणवत्तेवर निवडले जातात. सेंट्रल बोर्ड ऑफ एज्युकेशन ही संस्था देशभरात एकाच वेळी या शाळेत घेण्यासाठी मुलांची प्रवेश परीक्षा घेते. सहावीच्या वर्गांत जास्तीत जास्त ऐंशी मुले घेतली जातात. साहजिकच नवोदय विद्यालयात प्रवेश मिळवणे ही खेड्यांतील मुलांसाठी अभिमानाची बाब आहे. यातील महत्त्वाची गोष्ट म्हणजे या शाळा खेड्यांतील हुशार मुलांना उत्तम दर्जाचे शिक्षण राष्ट्रीय शिष्यवृत्तीच्या आधाराने पुरवतात. शहरांतील मुलांना या गुणवत्तेचे शिक्षण घेण्यासाठी भरपूर पैसा ओतावा लागतो.

शाळेच्या प्राचार्यांच्या या कार्यशाळेला कायद्याचे ज्ञान या मुलांना कसे देता येईल यासाठी व्याख्यान देण्यास मला बोलावण्यात आले होते. मला पहिल्यांदा वाटले की हे अत्यंत कंटाळवाणे ठरेल. दुसरा कोणतातरी पर्याय मला अधिक आवडला असता. पण मी जेव्हा या विषयावर खोलात जाऊन विचार केला तेव्हा माझ्या लक्षात आले या संधीचा उपयोग खेड्यांतील मुलांना जबाबदार, कायदाप्रेमी नागरिक बनवण्यासाठी करता येईल. ती एक प्रकारे क्रांतीच ठरेल. या मुलांना असे संस्कार मिळावेत की तरुण झाल्यावर ते देशप्रेमी नागरिक बनतील. असे नागरिक जे स्वयंरोजगार करतात, जबाबदार आहेत, समृद्ध आहेत, अन् स्वतःचे आयुष्य योजनाबद्ध रीतीने घालवत असल्याने सबल आहेत. योग्य वेळी, योग्य प्रकारे ते योग्य गोष्टी शिकू शकले तर हे शक्य होईल. दहावी, अकरावी, बारावी या इयत्तांमधील विद्यार्थी अगदी योग्य वयात आहेत.

शिक्षण ही माझ्या दृष्टीने सर्वांत अनमोल गोष्ट आहे. तेव्हा मी या संधीचा लाभ घेऊन माझी मते या प्राचार्यांसमोर मांडली. त्यांना खेड्यांतील मुलांना कायद्याबाबत सज्ञान कसे करता येईल याबद्दल सूचना केल्या.

या देशातील सात लाख खेड्यांमध्ये देशाच्या उज्ज्वल भवितव्याची गुरुकिल्ली आहे असे मला वाटते. शेतीविकास, पडीक जमिनी लागवडीखाली आणणे, पाणीवाटप, जलसंवर्धन, वनविकास, ग्रामविकास, हस्तकला-व्यवसाय आणि त्यात उत्पादित वस्तूंची विक्री, स्त्री-शिक्षण आणि पंचायतीद्वारे प्रशासन ही त्या गुरुकिल्लीची स्वरूपे आहेत. या सर्व क्षेत्रांत योग्य काम केले गेले तर देशाचा सर्वांगीण विकास होऊ शकतो. त्यायोगे शहराची अमर्याद वाढ, वेगाने वाढणाऱ्या झोपडपट्ट्या, आणि बकाली टाळता येईल. मी सर्व शिक्षकांना विद्यार्थ्यांनी कायदाशिक्षित व्हावे यासाठी खालील कृतियोजना सुचवली.

१. शाळेतील दहावी, अकरावी आणि बारावीच्या वर्गांतील विद्यार्थ्यांना पोलीस चौकीला भेट देण्यासाठी घेऊन जावे. त्यांना व्यवहार शिकवणारा हा एक उत्तम पाठ ठरेल. नागरिकशास्त्र हा समाजशास्त्राचा एक भाग आहे. पोलिसांचे कामकाज कसे चालते ते विद्यार्थ्यांना पाहायला मिळावे. पहिला माहिती अहवाल (फर्स्ट इन्फर्मेशन

रिपोर्ट) कसा लिहितात, त्यामध्ये कोणकोणत्या बाबींचा समावेश असतो, हे त्यांनी पाहावे. पोलीस चौकीला खेड्यापाड्यांत इमारतही नसते. तरी ओसरी- पडवीत अहवाल लिहून फायली ठेवलेल्या असतात. पोलीस चौकीची इमारत पाहायची गरज नाही पण कामकाज कसे चालते, पोलीस या अहवालाचा उपयोग कसा

करतात हे विद्यार्थ्यांना कळावे. त्यामुळे त्यांना दंगलीच्या वेळी, गुन्हे घडताना पाहणाऱ्या साक्षीदारांचे हक्क आणि कर्तव्ये यांबद्दल समजू शकेल.

२. मुलांना घेऊन तुरुंगांना भेटी द्याव्यात. कायदा मोडल्यावर कशी शिक्षा होते, जीवनावर त्याचे कायमचे परिणाम कसे होतात याची कल्पना मुलांना तुरुंग पाहून येईल. आपल्याला इतके उत्तम शिक्षण मिळते आहे, आईवडिलांचे प्रेम, संरक्षण मिळते आहे व आपण सुदैवी आहोत याबद्दल त्यांना कृतज्ञता वाटेल. गुन्हेगारांना शिक्षा भोगताना पाहून जिवंतपणी नरकयातना म्हणजे काय याची त्यांना कल्पना येईल. बाहेर जे स्वातंत्र्य आहे त्याची किमत आणि सोबत येणाऱ्या जबाबदाऱ्या यांचे भान येईल.

३. मुलांना कोर्टाचे कामकाज कसे चालते ते प्रत्यक्ष दाखवावे. यावरून मुलांना सुजाण नागरिकांची गुन्हे नियंत्रित करण्याची जबाबदारी कळून येईल. समाजातील गुन्हेगारांना शिक्षा व्हायची असेल, तर नागरिकांनी पुढे येऊन साक्ष देण्याचे कर्तव्य बजावायला हवे हे त्यांना समजेल. नागरिकांनी सहकार्य केल्याशिवाय समाजात शांतता नांदण्यासाठी पोलिसांना काम करणे कठीण जाते हेही त्यांना कळेल.

४. गुलांना गंचागत कायद्यानी पूर्ण माहिती द्यावी. आपल्या गावाच्या स्तरावर प्रशासन कसे चालते याची त्यांना कल्पना यावी. भारतामध्ये खेड्यापाड्यांतून सुशिक्षित पंच आणि सरपंच प्रशासन सांभाळू लागतील तो दिवस आता फार दूर नाही. आजचे जवाहर नवोदय विद्यालयाचे विद्यार्थी कदाचित उद्याचे सरपंच असतील. देशातील सात लाख खेड्यांमध्ये जमीन, नैसर्गिक आणि मानवी संपत्ती भरपूर आहे. योग्य विकास कार्यक्रम राबवले तर ही साधने परिश्रमाच्या जोरावर देशात संपत्ती निर्माण करू शकतील. फक्त त्या त्या भागातील नागरिकांनी तसा निर्धार करायला हवा, त्यांना मार्ग मिळायला हवेत.

५. त्याचबरोबर विद्यार्थ्यांना ग्रामविकासाच्या सर्व सरकारी योजनांची नीट माहिती व्हायला हवी. खेड्यांमध्ये रोजगार निर्मिती, लहानमोठ्या व्यवसायांचे प्रशिक्षण, शेतीविकास, शिक्षण, आरोग्य सेवा, अपंगांसाठी योजना, अनुसूचित जाती-जमातींसाठी असलेली व्याजमुक्त कर्जे, स्त्रियांसाठीची मदत, पाणी योजना, घरबांधणी इत्यादी सरकारी कल्याणकारी योजनांची योग्य माहिती पोहोचू शकली, तर खेड्यामध्येच

राहून तरुण मुले स्वयंरोजगार शोधू शकतील. स्वत:च्या उच्च शिक्षणाची तरतूद करू शकतील.

आपण आपल्या विद्यार्थ्यांना माहिती आणि प्रशिक्षण देऊन आत्मनिर्भर करूया. त्यांना सामाजिक, राष्ट्रीय जबाबदारीची जाणीव विद्यार्थीवयातच करून देऊया. म्हणजे ती ते विश्वासाने पार पाडतील. कुणी सांगावे, जवाहर नवोदय विद्यालय आणि दिल्ली पब्लिक स्कूल यांच्या सहयोगाने विद्यार्थ्यांना सुजाण नागरिक बनवायची चळवळ एक दिवस राष्ट्रीय स्तरावर पोहोचेल आणि त्या संदर्भात राष्ट्रव्यापी जागृती होईल.

चला, विकासदृष्टीला आपण सर्व प्रणाम करू या.

■

८

मृदू कण्याचे, कठोर हृदयाचे

अनेकदा पाहू नये त्या गोष्टी पाहायची आपल्यावर सक्ती होते. आपली इच्छा असो वा नसो कारण त्या तशाच पद्धतीने घडत राहतात आणि त्यांच्या वेगळ्या रंगाने त्या आपले लक्ष वेधून घेतात.

मी चित्रपटाबाहेर किंवा इतरत्र मोक्याच्या जागी लावलेल्या भल्याथोरल्या चित्रफलकांबद्दल बोलते आहे. त्यांतील काही चित्रे निर्लज्जपणाचा कळस गाठणारी, बीभत्स, अश्लील असतात. माझ्या गावाला, अमृतसरला मी गेले असताना असे एक भलेमोठे चित्र माझ्या दृष्टीला पडले. माझे पती श्री. ब्रिज बेदी त्या शहरातील सामाजिक चळवळींत भाग घेत असतात. त्यांनी मला गावातून फिरवून असे चित्रफलक जिथे जिथे लावलेत त्या जागा दाखवल्या. त्या फलकांकडे बघताना त्यांच्या मनात प्रत्येक वेळी चीड येत असे. त्या फलकांचे त्यांनी रेखरचनि फोटो काढून पुराव्यादाखल ठेवलेले होते. आम्ही जे पाहिले तो निर्लज्जपणाचा कळस होता. एका फलकावर एक स्त्री आपल्या अंतर्वस्त्रात पाय उंच फाकून बसलेली होती. मला ते बघून प्रचंड राग आणि किळस वाटली.

त्यानंतर आम्ही माझ्या पतीने आयोजित केलेल्या एका पुस्तकाच्या प्रदर्शनासाठी गेलो. प्रेक्षकांत विधीमहाविद्यालयाचे विद्यार्थी, शिक्षक, शहरातील प्रतिष्ठित वकील, इतर अनेक उच्चपदस्थ नागरिक होते. त्या विद्यार्थ्यांना विचारल्याशिवाय मला राहवले नाही. अशा फलकांना पाहून त्यांच्या प्रतिक्रिया काय होतात? अशी चित्रे त्यांना अस्वस्थ करत नाहीत का? अशा घटनांवर आपण नियंत्रण ठेवू शकत नाही, विरोध केला तर संबंधित लोक आणि प्रशासन ताठर भूमिका घेतील अन् काही उपयोग होणार नाही अशी त्यांना भीती वाटते का? किंवा त्यांना नेमके काय करावे हे सुचत नाही आहे!

जर आपल्या कायद्याच्या शिक्षणाचा त्यांना व्यवहारात उपयोग करता येत नसेल

तर ते शिक्षण कुचकामी नाही का? कायद्याच्या ज्ञानासोबत त्यांच्याकडे संवेदनशीलता, धैर्य या गोष्टी नसल्या तर त्या शिक्षणाचा उपयोग ते कसा करणार आहेत? सभ्यता, शुचिता, न्यायप्रियता यांची आवड रुजवली नाही तर ते कसले शिक्षण ठरते? एकदा एका अमेरिकन माणसाने गांधीजींना विचारले, ''तुम्हाला कोणती बाब सर्वांत काळजी करण्याजोगी वाटते?'' तर ते उत्तरले, ''सुशिक्षित लोकांची हृदयशून्यता.''

मृदू कण्याची आणि कठीण हृदयाची माणसे अलीकडे जगात सर्वत्र वाढत चालली आहेत. जे शिक्षक विद्यार्थ्यांचा मृदू कणा ताठ करतात आणि कठीण हृदय कोमल बनवतात ते काळाच्या प्रगतीला हातभार लावतात. *हिंमत* या नावाचे एक साप्ताहिक महात्मा गांधींचे नातू श्री. राजमोहन गांधी चालवतात. त्यातील एका लेखात त्यांनी असे म्हटलेले आहे. पुढे ते म्हणतात, ''कायदा विषयाचा शिक्षक म्हणून माझे विद्यार्थी अन्यायी गोष्टींबद्दल आवाज उठवतील असे व्हावेत. त्यांच्या हृदयात न्यायप्रियता आणि सत्याला सामोरे जायचा निडरपणा यांची बीजे रोवली जावीत. तसे झाले नाहीत तर विद्यार्थी आणि शिक्षक दोघेही आपला वेळ फुकट घालवत आहेत.'' या अश्लील चित्रफलकांच्या बाबतीत तर इतकेच करावे लागेल. श्री. बेदींनी काढळ्याप्रमाणे छायाचित्रे काढावीत आणि पुरावा गोळा करावा. प्रसारमाध्यमांची मदत घेऊन याविरुद्ध जनमत जागृत करावे आणि कायद्याची मदत घ्यावी.

'स्त्री-देहाचे बीभत्स दर्शन' यावर कायद्याने १९८६ साली बंदी आणली. स्त्री-देहाचा वा एखाद्या भागाचा उत्तान देखावा सादर करणे, तिची विटंबना वाटेल असे फोटो छापणे, जनमानसावर अनैतिक परिणाम होईल असे दर्शन घडवणे हे सर्व कायद्याने वर्ज्य आहे. याबद्दल फोटो घेऊन, पुरावा सादर करून जवळच्या पोलीस चौकीत गुन्हा नोंदवता येतो. या तक्रारीवर वरील कायद्याच्या भाग तीनचा आधार घेऊन पोलीस कारवाई करू शकतात. स्त्री-देहाचे बीभत्स दर्शन घडवणारे चित्र काढणारा, त्याला मदत करणारा, प्रकाशित करणारा, जाहिरातदार या सर्वांवर कारवाई होऊ शकते. फक्त फोटोचा पुरावा यासाठी ग्राह्य धरता येतो. फलक लावलेल्या जागेचा मालक, चित्रकार, प्रकाशक हे गुन्हेगार ठरतात. हा गुन्हा जामीनपात्र असला तरी त्यांच्यावर पोलिसांनी खटला भरला, की त्यांना कोर्टात हजर राहून खटल्याला तोंड द्यावे लागते. त्याच कायद्याच्या सेक्शन सहा अंतर्गत, हा आरोप पहिल्यांदाच होत असेल तर गुन्हेगाराला दोन वर्षे सक्तमजुरी अन् दंड ठोठावता येतो. दुसर्‍या वेळी आणि त्यानंतर पाच वर्षांची कैद अन् वाढीव दंड होतो. पोलिसांना तपास करून सर्व चित्रे, मजकूर छापलेली पत्रके जप्त करता येतात. हे सर्व आणि फोटो कोर्टात पुरावा म्हणून सादर करता येतो.

आपण जेव्हा त्या भागातील पोलीस चौकीत जाऊन तक्रार करतो तेव्हा ते असेही सांगतील की ही दहशतवादाइतकी महत्त्वाची बाब नाही. श्रीयुत बेदींना असेच

उत्तर मिळाले. तुम्ही नगरपालिकेत जाऊन तक्रार गुदरली तर ते म्हणतील की हे पोलिसांचे काम आहे. प्रत्यक्षात अशा फलकांना परवानगी नगरपालिका देते म्हणजे तेही जबाबदार आहेत. काही असो, कायदा शिकणारे विद्यार्थी, सुशिक्षित जबाबदार नागरिक म्हणून तुम्ही त्या भागातील मॅजिस्ट्रेटकडे जाऊन भारतीय दंडविधान संहितेच्या २०० या कलमाखाली तक्रार नोंदवू शकता. मॅजिस्ट्रेट त्या

तक्रारीचे परीक्षण करतील आणि त्यात तथ्य आढळले तर आरोपीवर सरळ समन्स बजावून खटल्याला तोंड देण्यासाठी आज्ञा देऊ शकतील. तक्रारीची चौकशी, आरोपाची शहानिशा करण्यासाठी कोर्ट पोलिसांना आज्ञा देऊ शकते. मॅजिस्ट्रेट स्वत: जाऊन त्या जागी भेट देऊन वैयक्तिक रीत्या चौकशी करू शकतात.

मग गप्प राहून सहन करण्यात काय अर्थ आहे? तुम्ही सर्वांनी आवाज उठवावा आणि तुमचे शिक्षण व्यवहारात आणावे. समाजात घडणाऱ्या अनिष्ट गोष्टींत तुम्ही हस्तक्षेप करून योग्य मार्गावर आणू शकला नाहीत, त्याबाबत धैर्य अन् संवेदनशीलता दाखवू शकला नाहीत तर त्या शिक्षणाचा उपयोग काय?

फी देऊन अथवा फीशिवाय असो, कायद्याचे शिक्षण याचसाठी घ्यायचे असते. आपले सरकार कायदा शिक्षणावर इतका खर्च करते त्याबद्दल कृतज्ञता बाळगून कायद्याचे विद्यार्थी असा एखादा समाजविरोधी मुद्दा घेऊन त्याविरुद्ध आवाज उठवू शकतात.

'तारुण्य हे तरुणांवर फुकट घालवले जाते' असे म्हणतात. हे वाक्य चूक आहे असे सिद्ध करण्यासाठी आपले तरुण कसे व केव्हा सिद्ध होतील?

९

कुणीतरी कुठेतरी

समाजात बलात्काराचे प्रमाण का वाढते आहे? असा एक प्रश्न नेहमी विचारला जातो. मुळात बलात्कार का होतात? पोलीस हे गुन्हे थांबवण्यासाठी काही प्रतिबंधक उपाय योजू शकतात का?

माझे या प्रश्नाला साधेसे उत्तर आहे. बलात्काराचे गुन्हे का वाढू नयेत? ज्या कारणांनी बलात्काराची परिस्थिती उद्भवते, ती दूर करण्यासाठी आपण काय करत आहोत? आजच्या तरुण पिढीमध्ये काही अपवाद वगळता कोणती मानसिकता जोपासली जाते आहे? दिल्लीची एक तृतियांश वस्ती झोपडपट्ट्यांतून राहते. तिथले आयुष्य एखाद्याने जवळून पाहिले तर त्याच्या लक्षात येईल, की तिथली मुलेमुली वयात येतील तेव्हा त्यांच्यापुढे काय वाढून ठेवलेले असेल. आजच्या झोपडपट्टीच्या वस्त्या या वाईट सवयी, हिंसा, वेश्याबाजी, असंस्कृतता, अशिक्षितपणा, बेरोजगारी, शारीरिक उपासमारी इ. शिकवणाऱ्या शाळा आहेत. तिथल्या मुली अकाली मातृत्व, असमंजस पालकत्व आणि अनेक मुले होणे यांची सर्रास शिकार होतात. दारूबाजी, नशाबाजी, जुगार यांसारखी घातक व्यसने त्यांच्या घरात वा आसपास सर्रास आढळून येतात. अवैध, धमकीबाजीची सावकारी हा तिथला राजरोस लुटणारा रक्तपिपासू व्यवसाय आहे. इथे वेठबिगारी, बाजूच्या नागरवस्तीच्या नाकावर टिच्चून चालू आहे.

माझी ही माहिती पुस्तकातील आकडेवारीवर आधारित नाही. मी प्रत्यक्ष झोपडपट्ट्यांतून काम केले आहे. त्या अनुभवावरून सांगत आहे. या झोपडपट्ट्यांकडे शासनाचे अन् संबंधित संस्थांचे अक्षम्य दुर्लक्ष होत असते. शिक्षण, स्वच्छता, आरोग्य, रोजगार, गुन्हे प्रतिबंधक उपाय किंवा नागरी सेवा अशी कोणतीही बाब असो, सरकार तिथे अजिबात लक्ष देत नाही.

या वाढत्या झोपडपट्ट्यांतून मुले इतस्ततः भटकंती करत असतात. दिवसभर कोणता उद्योग करावा हे त्यांना ठाऊक नसते. ती जुगार खेळतात, कचरा धुंडाळतात,

प्लॅस्टिक विकतात, अश्लील चित्रपट पाहतात, लहान वयात शरीरसंबंधांत गुंततात. मादक द्रव्ये घेतात आणि गरजूंना ती पुरवतात, दारू पितात, खिसे कापतात, चोऱ्या करतात आणि त्या वस्तू कबाडीवाल्याला विकतात. मंगळवारी देवळात जाऊन अन्न गोळा करतात. त्यांच्या पालकांचे त्यांच्याकडे लक्ष नसते.

शाळा नाही, सामाजिक बंधने नाहीत अशा तऱ्हेने ही सगळी वस्ती गुन्हेगार निर्माण करणारी, तिला चालना देणारी बनते. अशा वस्तीत वाढणाऱ्या मुलांकडून आपण काय अपेक्षा करणार? इथे बलात्कार करणारे अन् त्याचे बळी असे दोघेही असतात, पण त्यांतले फारच थोडे उजेडात येते. जे गुन्हे पोलिसात नोंद होतात ते शहरी मध्यमवर्गातील असतात. तिथेसुद्धा गुन्हे शिकवणाऱ्या वेगळ्या शाळा असतात. इतक्या मोठ्या प्रमाणावर असे गुन्हे होऊनही प्रसारमाध्यमे झोपड्यांकडे फारसे वळत नाहीत. कारण ती सर्व गरीब, सत्ताहीन, चेहरा नसलेली माणसे असतात.

बलात्कारित मुलगी वा स्त्री स्वत: त्रास सहन करते पण गुन्ह्याला वाचा फोडत नाही असा समज समाजात खोलवर रुजलेला आहे आणि दुर्दैवाने ती वस्तुस्थिती आहे. कारण त्यामुळे होणारी बदनामी सर्वाधिक नुकसान तिचेच करते. समाजातून बहिष्कृत व्हायचा, खटल्याला तोंड द्यायचा, कोर्टांत वाटेल तसले प्रश्न विचारून हैराण करणाऱ्या वकिलापासून बचावायचा, असे खटले चवीने चघळणाऱ्या गर्दीचा, पुन्हापुन्हा तारखा पडत सर्व प्रक्रिया दीर्घकाळ लांबवणाऱ्या यंत्रणेचा... या सगळ्यांचा त्रास वाचवण्यासाठी तोंड बंद ठेवणे हा उपाय अवलंबला जातो. हा लेख लिहिताना मी एक ताजी बातमी वाचली. जबलपूरजवळ एका पंचायतीने बलात्काराच्या गुन्ह्यासाठी आरोपीला २००० रुपये दंड करून तंटा मिटवला आणि मग मिठाई वाटण्यात आली. पण बलात्कारित बळी या वेळी गप्प न बसता पोलिसांत गेली म्हणून हा गुन्हा उघडकीला आला.

मी जेव्हा ईशान्येकडील राज्यांत काम करत होते तेव्हा बलात्काराचे अनेक गुन्हे तडजोडीने मिटवलेले पाहिले आहेत. न्यायाधीश स्वत: आरोपीला मामुली शिक्षा देऊन अशा तडजोडी घडवून आणत असत. अनेकदा ते आरोपी अन् बलात्कारित स्त्रीचे लग्न लावून न्याय देत. किती विपरीत मार्ग आहे हा!

बलात्काराच्या गुन्ह्यांत झोपडपट्ट्या, खेडीपाडी, शहरी भाग, सुशिक्षित, अशिक्षित असा फरक करता येत नाही. आजच्या तरुणांसमोर कोणत्या परिस्थितीचे चित्र उभे आहे? आज नीतिमूल्ये कालबाह्य, अव्यवहारी अन् चालू फॅशनबाहेर फेकलेली आहेत. या दिशाहीन तरुणांवर कुणाचे नियंत्रण नाही. उत्तेजित करणाऱ्या मनोरंजनासाठी हवा तेवढा पैसा खर्चायची त्यांची तयारी असते. कोपऱ्याकोपऱ्यावर बियरचे पब आहेत. वेगाच्या वेडाने मर्यादा ओलांडली आहे. जाहिरातींमधून कमीतकमी कपडे घातलेल्या स्त्री-पुरुषांचे बीभत्स दर्शन घडते आहे. संगीताच्या तालावर अर्धनग्न

शरीराने कामुक हालचाली करणाऱ्या व्हिडिओ फितींचे खाजगी वा दूरदर्शनवर पेव फुटले आहे.

अशा वातावरणात कोणत्या प्रकारचे संस्कार या तरुणांवर होत आहेत याचा विचार व्हायला हवा. प्रत्येक पकडलेल्या गुन्हेगारामागे न पकडलेले अनेक गुन्हेगार रस्त्यावर, फूटपाथवर, एकाकी इमारतीत, निवाऱ्याच्या जागी, गाडीमध्ये, सुसाटणाऱ्या मोटारबाईकवर संधीची वाट पाहात असतात.

प्रश्नाकडे पुन्हा वळून पाहू. पोलीस यांतले नेमके काय थांबवू शकतात? बलात्कार हा मानसिक विकृतीने पछाडलेल्या कामुक वृत्तीच्या माणसाच्या हातून घडणारा गुन्हा आहे. हा गुन्हेगार शारीरिक उपासमारीने वखवखलेला आहे. त्याच्यासाठी स्त्री हे भूक शमवायचे साधन आहे. तो अशा संधीची वाट पाहात राहतो. अनेकदा आपल्या सोबत्याची मदत घेऊन तो हे कृत्य पार पाडतो. आपण हा गुन्हा पचवून टाकू अशी त्याला खात्री असते. बलात्कारित स्त्री दु:ख सहन करेल अन् बदनामी टाळण्यासाठी चुप बसेल हे त्यांना ठाऊक असते. अनेकदा धक्क्याने, भीतीने बळीला त्याचा चेहराही आठवत नाही. गुन्हेगार मात्र बिनबोभाट निसटून आपला पुढचा बळी शोधायला सज्ज होतो.

गुन्हेगाराला अटक केल्यावर पोलिसांना कोर्टाला माहिती पुरवावी लागते. त्याची ओळख पटवावी लागते. बलात्कार झाल्याचा वैद्यकीय पुरावा, बळीने विरोध केल्याच्या खुणांचा पुरावा गोळा करावा लागतो. बळीकडे गुन्हेगाराला उघडे करायची इच्छा असावी लागते. पुन्हापुन्हा कोर्टात खेटे घालणे अन् आरोपीला वकिलांच्या वेड्यावाकड्या प्रश्नांना उत्तरे देण्याइतकी सहनशक्ती असावी लागते.

पोलीस पकडू शकतील त्यापेक्षा अधिक संख्येने जेव्हा समाज रावण जन्माला घालतो, तेव्हा दसऱ्याला रावणाची प्रतिकृती जाळून दुष्ट प्रवृत्तींचा नाश करणे हे फक्त कर्मकांड उरते याची खऱ्या रावणांना जाणीव असते. या समस्येवर कायमस्वरूपी उपाय हवा असेल तर आपल्या जगण्यामध्ये, विचारामध्ये स्त्रीला सन्मान देण्याची वृत्ती निर्माण व्हायला हवी. स्त्रीचा सन्मान ही खरी स्वतंत्र बाब नाही. एकूणच नीतिमत्तेबद्दल, मूल्यांबद्दल आदर हवा. आपल्या रोजच्या व्यवहारात, वागण्यात अशा सन्मानाचे प्रतिबिंब उमटायला हवे.

बलात्काराचे वाढते गुन्हे ही आपल्या समाजमनाच्या निरोगी वृत्तीच्या ऱ्हासाची लक्षणे आहेत. या परिस्थितीत बदल घडवायचा तर मूल्यांचे स्वयंशिक्षण व्हायला हवे. आपण कुणीही असू, कुठेही असू, कुणाचाही अपवाद न करता स्त्रीचा सन्मान हा जीवनाचा भाग बनायला हवा.

१०

इथे अजिबात सहनशीलता दाखवू नका

बसमध्ये होणाऱ्या खिसेकापूंच्या वाढत्या उपद्रवाबद्दल पोलिसांनी मोहीम उघडून गुन्हेगारांना पकडायला सुरुवात केली तेव्हा त्यांच्या असे लक्षात आले, की बहुसंख्य गुन्हेगार अमली पदार्थांच्या आहारी गेलेले आहेत. पुढे असेही लक्षात आले की जे मोठे गुन्हेगार आहेत, गुंड आहेत ते अशा व्यसनी तरुणांचा आपल्या गुन्ह्यात मदतनीस म्हणून उपयोग करून घेतात. दिल्लीतील सर्वांत मोठ्या दहा गुंडांपैकी एकाला पकडून जबाब नोंदवला तेव्हा त्याने सांगितले, की त्याच्या बहुतेक गुन्ह्यांमध्ये अमली पदार्थ घेणारे व्यसनी तरुण त्याने वापरले होते कारण त्यांना सदैव पैशाची चणचण असते. हा मोठा गुंड स्वत: अंमली पदार्थांच्या आहारी गेला होता. त्याला पकडले तेव्हा त्याच्या खिशात असे पदार्थ सापडले. त्याच्या अटकेनंतर समजले की खिसे कापण्यापासून, बस लुटणे, घरफोड्या, उचलेगिरी इत्यादी अनेक गुन्ह्यांत हे व्यसनी तरुण लहानमोठ्या रकमा मिळवण्यासाठी सामील होतात.

हे चित्र तसे जुने नाही. कित्येक वर्षे व्यसनाधीनता हे गुन्हेगारीचे मूळ असलेले आढळून येते आहे. मी उत्तर दिल्ली विभागाच पोलीसप्रमुख म्हणून कार्यभार स्वीकारला तेव्हा मला याचा अनुभव आला. आम्ही पकडलेले पन्नास टक्के गुन्हेगार व्यसनाधीन होते. अशा गुन्हेगारांचे काय करावे हा आमच्यापुढचा यक्षप्रश्न होता. त्यांची उलटतपासणी कशी घ्यावी? त्यांना कुठे ठेवावे? असे प्रश्न उभे राहतात.

पोलीस चौकीत गुन्हेगारांना ठेवणे शक्य नसते. अमली पदार्थांचे व्यसन असणाऱ्यांना ते जर वेळेवर मिळाले नाही तर प्रतिक्रिया लक्षणे उद्भवतात. ती फार तीव्र असतात. त्यांमध्ये त्यांच्या जिवावरही बेतू शकते. त्यावर ताबडतोब वैद्यकीय उपचार व्हावे लागतात. पोलीस कोठडीत त्यांचा मृत्यू झाला तर आणखी कठीण होऊन बसते. म्हणून अशी व्यसने असणाऱ्यांना पकडले की लगेच कोर्टात उभे करून तुरुंगात पाठवायची व्यवस्था केली जाते. आता तुरुंगातही अशा गर्दुल्ल्यांसाठी

उपचारांची सोय नाही. उलट तुरुंगात हे लगेच कुणाला तरी हाताशी धरून अमली पदार्थ मिळवतात. त्यांना जामीन मिळला की लगेच नवे गुन्हे करायला सज्ज होतात. गुन्हा-अटक-तुरुंग-अमली पदार्थ-जामीन-सुटका-गुन्हा असे एक भयानक चक्र त्यांच्यासाठी फिरत राहते.

हे दुष्ट वर्तुळ भेदण्यासाठी आम्ही अमली पदार्थांची मागणी अन् पुरवठा करणारी साखळीच तोडून टाकायचे ठरवले. त्यासाठी झोपड्यांतून, गरीब वस्त्यांतून होणाऱ्या अमली पदार्थांची विक्री बंद करायला हवी होती. अशा पदार्थांच्या संशयित विक्रेत्यांना अटक करायची म्हणजे नशीले पदार्थ उपलब्धच होणार नाहीत. मग ते मिळवण्यासाठी नशाबाज अधिक अंतरावर जाऊन प्रयत्न करतात. त्यामुळे त्यांना टिपणे, पकडणे सोपे जाते.

नशाबाजीसाठी पदार्थ पुरवणाऱ्यांवरही आम्ही फास आवळायचे ठरवले. पहिल्यांदा वेगवेगळ्या विभागांतील नशाबाजांना ओळखून गुन्हा प्रतिबंधक कायद्याखाली अटक करायची ठरले. कारण त्यांतले बहुसंख्य घरी जाऊन मारबडव करतात अन् हिंसाचार फैलावतो. त्यांना पकडून तडक मॅजिस्ट्रेटसमोर उभे केले. परिस्थिती बघून मॅजिस्ट्रेट त्यांना काही दिवसांसाठी तुरुंगात पाठवतात. तिथे त्यांना उपचार मिळत नाहीत. पण त्याशिवाय आमच्यापाशी दुसरा पर्यायच उपलब्ध नव्हता म्हणून ही तात्पुरती सोय करण्यात आली.

त्या वेळी आम्हाला व्यसनापासून मुक्ती देणारे स्वतःचे पुनर्वसन केंद्र स्थापन करायची कल्पना सुचली. आठ पोलीस चौकी विभागांनी एकत्र येऊन नवज्योती या नावाने या प्रचंड मोठ्या समस्येची उकल वेगळ्या पद्धतीने करायची ठरवली. एकदा असे केंद्र चालू करायचे ठरवल्यावर स्वयंस्फूर्तीने पुढे आलेले होमिओपॅथीचे डॉक्टर आणि योगशिक्षक यांना आम्ही त्यात सामील करून घेतले. व्यसनी, नशाबाजांवर वैद्यकीय उपचारांच्या सोयी करण्यात आल्या. हे सर्व गुन्ह्यांना प्रतिबंध व्हावा म्हणून आम्ही करत होतो.

हे नशाबाज उपचारांसाठी आमच्याकडे आले आणि लवकरच आम्हाला हे अमली पदार्थ विकणाऱ्यांची साखळी समजली. आम्ही छापे मारून त्यांना पकडल्यावर ही साखळी उद्ध्वस्त झाली. त्या विभागांतले चोरी, घरफोडी, पर्स-पाकीट पळवणे असे किरकोळ गुन्हे पन्नास टक्क्यांनी कमी झाले.

ही एका नव्या प्रयत्नांची सुरुवात होती. पोलिसांकडूनच अमली पदार्थ सेवनाविरुद्ध व्यसनमुक्ती अन् पुनर्वसन केंद्र असे संपूर्ण बदल घडवणारे, दीर्घ काळ चालणारे कार्य सुरू झाले. हा कार्यक्रम आजही राबवला जातो. त्यातून आजवर तेरा हजारांवर दारूबाज, अमली पदार्थांचे व्यसनाधीन यांच्यावर उपचार केले गेले आहेत. संयुक्त राष्ट्रांतर्फे १९९९ साली या केंद्राला जगातील उत्कृष्ट व्यसनमुक्ती केंद्र म्हणून गौरवले गेले.

एखाद्या माणसाने दूरदृष्टीने असा काही उपक्रम सुरू केला, तो यशस्वी झाला की तेवढ्याच तडफेने त्याच्यामागून येणाऱ्या अधिकाऱ्याने तो चालवायला, पुढे न्यायला हवा. एका अधिकाऱ्याने या व्यसनी गुन्हेगारांसंबंधी काढलेले उद्गार पुरेसे बोलके आहेत. तो म्हणतो, ''आम्हाला हे गुन्हेगार 'बिचारे' वाटत

म्हणून आम्ही त्यांच्याशी कठोरतेने वागत नव्हतो. पण ते बंदुका अन् चाकूचा धाक दाखवून निरपराध लोकांना पैशासाठी लुटत होते हे आम्हाला माहीतच नव्हते.''

नशाबाजी हा मनाचा, शरीराचा आणि परिस्थितीमुळे उद्भवलेला रोग आहे. त्यावर असे चाकोरीबाहेरचे, सल्ला-सेवा स्वरूपाचे मानवतेचा स्पर्श असलेले उपाय योजायला हवेत.

नशाबाजांवर उपचार केले नाहीत तर ते हिंसक होऊ शकतात, हे आधी स्पष्ट समजायला हवे. अनेक नशाबाज पैशासाठी आपल्या पोटच्या मुलांना विकताना मी पाहिलेले आहेत. अशा मुलांना आम्ही पोलिसांनी सोडवलेले आहे. नशाबाजांवर घरी राहून, नशायुक्त वातावरणात, नियंत्रणात ठेवून उपचार करायची गरज आहे. त्याचबरोबर त्यांना डॉक्टरांची, मानसोपचार तज्ज्ञांची, कौटुंबिक सल्लागारांची अन् कुटुंबाची मदत मिळायला हवी. योगासने, योग्य काम आणि स्वयंशिस्त हवी. या उपचारांचा सर्वांत मोठा अन् दीर्घकाळ होणारा फायदा म्हणजे गुन्ह्यांना प्रतिबंध होतो आणि घरात होणारा हिंसाचार थांबतो.

अमली पदार्थांच्या विक्रीबाबत जराही सहनशीलता न दाखवता कठोरपणे पावले उचलायची आज गरज आहे. तसेच स्वयंसेवी संस्थांना नशाबाजीवरील उपचारांत सहभागी करून अशा पदार्थांच्या व्यसनींची संख्या अन् पर्यायाने अमली पदार्थांची मागणी कमी होईल यांकडे लक्ष पुरवायला हवे. या समस्येवर हाच एकमेव योग्य उपाय आहे. राबवायला तो अतिशय कठीण आहे. त्यासाठी कार्यक्षमतेची, सहनशीलतेची गरज आहे. इतर उपायांनी वरवरची मलमपट्टी होऊन वेळ साजरी होते पण अशा दीर्घगामी उपायांनी नशाबाजाकडून होणाऱ्या गुन्ह्यांनाच प्रतिबंध होतो. गुन्हा होऊ न देणे हा सर्वांत चांगला उपाय आहे.

या प्रश्नांना उत्तरे हवी आहेत

एके दिवशी सकाळी विशी ओलांडलेली एक मुलगी माझ्या घरी आली आणि स्वहस्ते लिहिलेली एक चिठ्ठी माझ्या सचिवाकडे देऊन गेली. त्या चिठ्ठीत तिने काही प्रश्न उपस्थित केलेले होते. ही चिठ्ठी हिंदीत लिहिलेली होती. तिचा मथितार्थ असा होता.

''समाजाने आणि पुरुषांनी घालून दिलेल्या नियमानुसार वागण्यासाठी स्त्रिया जन्माला येतात का? आपल्या देशात मुलीला जन्मलेल्या दिवसापासून तिला स्वतःला जे योग्य वाटते, तिच्या मनाला जे पटते त्याप्रमाणे वागायची मुभा नाही. तिला मोठ्या माणसांनी, विशेषत: पुरुषांनी आखून दिलेल्या मार्गावरूनच चालायची सक्ती होते. त्यांनी 'उभे राहा' म्हटले तर तिला उभे राहावे लागते अन् 'बस' म्हटले की बसावे लागते. त्यांनी निवडलेल्या माणसाशीच तिला लग्न करावे लागते. ज्या समाजात स्त्रीला एखाद्या जनावरासारखे वागवतात, गाईगुरांसारखे दान करतात तो समाज प्रगती करणे सोडाच दीर्घकाळ टिकणेही शक्य नाही.''

शेवटी तिने लिहिले होते की ती माझ्या घरी सकाळी नऊ वाजता मला भेटायला येते आहे. त्याप्रमाणे ती आली. मी माझे आवरून बाहेर आले तेव्हा ती अधीरतेने माझी वाट पाहात होती. माझे एक महत्त्वाचे काम होते आणि ती वेळ मी आधीच ठरवलेली असल्याने मला लगेच निघायला हवे होते. पण ती मला जाऊ देईना. ती मला अनेक महत्त्वाचे प्रश्न भराभरा विचारत होती आणि त्यांना सावकाशीने उत्तरे द्यायला हवी होती.

तिला मी पुन्हा केव्हातरी भेटायचा वायदा केला. पण त्याच वेळी मी माझ्या साहाय्यकाला तिची आणि नवज्योती केंद्राच्या सल्लागाराची भेट घडवून आणायला सांगितले. माझ्या त्याच वेळी लक्षात आले की तिची-माझी ही भेट तिला गुप्त ठेवायची आहे. त्याबद्दल कुणाला समजू नये असे तिला वाटते आहे. तिच्या

हस्ताक्षरातील चिठ्ठी माझ्याकडेच होती. गाडीतच मी ती उघडून वाचायला सुरुवात केली. वाचून पूर्ण झाल्यावर गाडीतूनच मोबाइलवरून मी माझ्या घरी फोनवर तिला गाठले. तिला धीर सोडू नको म्हणून सांगितले. ती खूप अस्वस्थ अन् निराश वाटत होती. स्वत:चे काहीतरी बरेवाईट करून घेईल अशी भीतीही वाटत होती. कदाचित ती तिथून जाईल आणि पुन्हा संपर्क साधणार नाही असेही वाटले. कारण तिला अज्ञात राहायचे होते.

मी तिला फोनवरून तिची नेमकी समस्या विचारली तेव्हा तिने उत्तर दिले की 'मॅडम मला पुढे शिकायचे आहे. एम.ए. करायचे आहे, पण घरचे लोक सक्तीने माझे लग्न लावून देत आहेत.' मी तिला म्हटले, 'तुझ्या सासरची माणसे कशी आहेत ते एकदा बघून घे. त्यांना तुला पुढे शिकवायला आवडेल का विचारून बघ...' त्यावर तिने मला सांगितले की तिने आधीच एकाला आपला नवरा मानलेले आहे. आता दुसऱ्या कुणा पुरुषाला नवऱ्याच्या जागी कल्पना करणे तिला शक्यच नाही.

म्हणजे तिची खरी समस्या ही होती. तिने मनाने निवडलेल्या पुरुषाशी लग्न करायला तिचे कुटुंबीय आडकाठी आणत होते. मी बोलले त्यावर तिला काहीच सांगता आले नाही. पण मग ती म्हणाली की 'तिच्या पालकांना जर कळले की या कारणासाठी ती मला भेटायला आली आहे, तर ते तिला घरात कोंडून ठेवतील, तिला मारूनही टाकतील. तिच्या गावात काही मुलींना असे मनाविरुद्ध वागल्यास मारून टाकलेले तिला ठाऊक होते.'

त्यापुढच्या रविवारी दिल्लीच्या एका प्रसिद्ध कौटुंबिक सल्लागार डॉ. अरुणा ब्रूटा यांनी 'पालकत्व' या विषयावर आयोजित केलेल्या एका कार्यशाळेत मला उपस्थित राहाने लागले. तिशे मी या अज्ञात मुलीची हकीकत सांगितली. आणि अशा परिस्थितीत कुणाचे चुकते आहे यावर चर्चा छेडली. पालकत्व म्हणजे फक्त गरोदर राहणे, जन्म देणे, जेवायला खायला घालणे, कपडे व शिक्षण देणे आणि मुलींची लग्ने उरकणे नव्हे तर आपल्या मुलीला एक संपूर्ण, अर्थपूर्ण आयुष्य जगायला तयार करणे, विकसित करणे आहे. एक आयुष्य आपण मुलीच्या रूपाने जन्माला घालतो. आपल्या समाजात आणि इतर अनेक ठिकाणी कोणतेही प्रशिक्षण न घेता, विचार न करता आपण कर्तव्य पार पाडल्याच्या थाटात पालकत्व स्वीकारतो.

पालकत्वासाठी तरुण जोडप्याने मानसिक, शारीरिक तयारी करायची असते ही संकल्पनाही आपल्यामध्ये अजून रुजलेली नाही. लग्नाआधी आणि नंतर या संदर्भात सल्ला-सेवा घेतली तर कितीतरी चुका टाळता येतात. सिंगापूरमध्ये सर्व विवाहेच्छू जोडप्यांना लग्नाआधी असा सल्ला घेणे आता सक्तीचे केले आहे. तिथे हा उपक्रम कसा राबवला जातो आणि त्यातून त्यांना कोणते फायदे झालेले आहेत हे पाहणे महत्त्वाचे ठरेल.

आपला देश फार मोठा आहे हे मला मान्य आहे. तो शहरी, खेडवळ, गरीब-श्रीमंत, सुशिक्षित-अशिक्षित, पुरोगामी-रूढीप्रिय, राजवाड्यापासून झोपडपट्टीपर्यंत अशा विरोधाभासात पसरलेला आहे. आणि असे सर्व जण एकत्र, एकाच वेळी जगत आहेत. मग कुठून आणि कशी सुरुवात करायची, त्याचा खर्च कुणी उचलायचा असे अनेक प्रश्न उभे राहतात. आणि समजा असे उपक्रम सुरू केले तर लोकांची गरज आणि पुरवलेली सेवा यामध्ये प्रचंड तफावत राहणार हे सत्य नाकारण्यात अर्थ नाही. अशा प्रकारच्या असंख्य समस्या अतिशय मोठ्या प्रमाणात आज आपल्या समाजाला भेडसावत आहेत. प्रत्येक भारतीय कुटुंबात कोणत्या ना कोणत्या स्वरूपाची समस्या आपल्याला दिसून येते. त्याचे परिणामही सहज नजरेला पडतात. समाजात छुपा वेश्याव्यवसाय करणाऱ्या मुलींची संख्या वाढते आहे आणि स्त्रियांशी वाईट व्यवहार करणाऱ्या व्यक्तींची संख्याही वाढते आहे.

अशा अवस्थेत आपण नेमके काय करू शकतो? आजच्या स्त्रीला सुरक्षितता हवी आहे, विकास हवा आहे. मुक्तपणे, निर्भयपणे फिरता यावे आणि आव्हानात्मक कामेही करायला मिळावीत असे तिला वाटते. पण पालकांना फक्त त्यांची सुरक्षितता महत्त्वाची वाटते. खरी समस्या अपेक्षांमधील फरकांमुळे उद्भवते आहे. मुलीला शिक्षण द्यायचे आणि त्याच वेळी स्वतंत्र विचार करायला प्रतिबंध करायचा हे कसे शक्य होईल? तिची मते व्यक्त करायला तिला संधी द्यायला हवी, ती ऐकून घ्यायला हवीत. मग ती चूक असतील तर सक्तीऐवजी तिला समजावून, पटवून द्यायला हवीत. पालक वा मुली यांचे सर्वस्वी चुकत आहे असे मी म्हणणार नाही. पण पालकांनी शिक्षणाने, प्रसारमाध्यमातून होणाऱ्या माहितीच्या माऱ्याने, नव्यानव्या संधींच्या उपलब्धतेमुळे मुलांमध्ये होणारे बदल डोळसपणे स्वीकारले पाहिजेत.

आज पालकत्वाचे शिक्षण अत्यंत जरुरीची गोष्ट आहे. अनेक घरांमध्ये वयात येणाऱ्या मुलांना वाढवणे, आणि मोठ्या एकत्र कुटुंबात राहणे ताणयुक्त, यातनामय जीवन असते. नीट विचार करून समस्यांना तोंड द्यायला हवे. आता ज्या समस्या तुमच्यासमोर मांडल्या त्यांतून, त्यामुळे उद्भवणाऱ्या दुःखातून विचारपूर्वक वाट काढायला हवी. या मुलीच्या उदाहरणाने तुमच्या लक्षात येईल की अजूनही कित्येक घरात लग्नाच्या बाबतीत मुलींवर सक्ती केली जाते.

या प्रश्नांना उत्तरे आहेत, समस्यांवर उपाय आहेत, जी फक्त शोधायची, आचरणात आणायची गरज आहे.

१२

जन्मापासून बंदीवासात

अशी घटना जेव्हा माझ्या अनुभवाला येते तेव्हा मला विषादाने म्हणावेसे वाटते, की आजही माझ्या देशात मुलगी म्हणून जन्माला येणे हा तिच्यासाठी आणि तिच्या पालकांसाठी शाप आहे. खालील घटना याचे बोलके उदाहरण आहे.

माझ्या पुस्तकांचे प्रकाशक अधूमधून माझ्या उपस्थितीत विक्रीचा समारंभ ठेवतात. माझ्या सहीनिशी पुस्तक मिळते म्हणून त्या वेळी विक्री वाढते. अशा एका समारंभासाठी मी मध्यप्रदेशातील एका शहरात गेले होते. तिथे एका कुटुंबाने मला मदत करायची खास विनंती केली. त्यांची मुलगी कॉम्प्युटर सॉफ्टवेअर इंजिनिअर आहे. तिचे लग्न झाले आहे अन् ती जवळच्याच शहरात राहते. फोनवर त्यांनी मला सांगितले की मुलीचा नवरा आणि सासरची माणसे त्यांना त्यांच्या मुलीला भेटू देत नाहीत. फोनवर बोलू देत नाहीत. तिला निरोपही पोहोचवत नाहीत. फोनवर राराळ सांगण्यात येते की ती घरी नाही वा ती फोन घेऊ शकत नाही. अधिक चौकशी केली तर फोन उद्दामपणे ठेवला जातो. आपली मुलगी सासरी सुरक्षित आहे की नाही याची त्यांना सतत काळजी वाटत राहते.

मुलीशी संपर्क साधण्यात त्यांना मी वा इतर कुणी मदत करू शकेल का असे त्यांनी विचारताच मी मुलीचा पत्ता, फोन नंबर विचारून घेतला आणि मी स्वत: निरोप देईन असे आश्वासन दिले. तिला तुमच्याशी संपर्क साधायला नक्की सांगेन असा दिलासा दिला. त्यांची अवस्था बघून माझे अंत:करण हेलावले आणि माझ्या मोबाइलवरून लगेच मी त्या मुलीच्या घरी फोन लावला.

मी माझे नाव सांगितले आणि त्या मुलीसाठी निरोप आहे असे म्हटले. मी तिचे नाव घेताच फोन उचललेल्या पुरुषाने तो दुसऱ्याकडे दिलेला मला कळले. मी माझ्या बोलण्याची पुनरुक्ती केली आणि म्हटले मी बाहेरगावाहून बोलते आहे आणि त्यांच्या सुनेसाठी मला एक महत्त्वाचा निरोप द्यायचा आहे. अगदी ताबडतोब द्यायचा आहे.

काय निरोप आहे असे त्यांनी विचारताच मी उत्तरले की तिने ताबडतोब आपल्या आईवडिलांशी संपर्क साधावा कारण ते दोघे अतिशय काळजीत आहेत. पुढे मी म्हटले की हा निरोप कोण घेते आहे तर उत्तर मिळाले 'तिचे सासरे आहेत.' म्हणजे पहिल्यांदा फोन तिच्या नवऱ्याने उचलला होता आणि माझे नाव ऐकताच वडिलांकडे दिलेला होता. त्या मुलीच्या आईवडिलांची भीती फुकाची नव्हती. परिस्थिती खरेच ते सांगतात तशी होती.

दिल्लीला परतल्यावर मी परत त्या मुलीच्या घरी फोन केला. फोनवर तिचा नवराच आला असावा, पण त्याने आपण कुणीतरी बाहेरचे आहोत असा भाव आणत निरोप देणे शक्य नाही म्हटले अन् लगेच फोन ठेवून दिला. मी पुन्हा संपर्क साधत म्हटले की बाहेरच्या माणसाने केवळ सभ्यता पाळायची म्हणून फोनवर नीट बोलावे आणि घरातल्या माणसासाठी निरोप असला तर घ्यावा. त्या आधी फोन ठेवणे असभ्यपणाचे लक्षण आहे. माझ्या या कडक बोलण्यावर कुरकुरत त्याने माझा फोन नंबर लिहून घेतला. ती मुलगी घरी नाही असे मला स्पष्ट सांगितले.

तासाभराने मला तिच्या सासऱ्यांचा फोन आला आणि त्यांनी 'काय निरोप आहे' असे विचारले. मी म्हटले की मला सुनेलाच निरोप द्यायचा आहे, तर उत्तर मिळाले की मी त्यांच्याकडेच बोलावे. मी विचारले, ''ती स्वत: का घेऊ शकत नाही?'' त्यावर ते उत्तरले की त्यासाठी त्यांनी सुनेला परवानगी दिलेली नाही. पुढे त्यांनी 'मला असे विचारायचा काय अधिकार आहे' असे स्पष्ट विचारले. मी उत्तरले, ''मी एक सरकारी अधिकारी आहे अन् माझे कर्तव्य निभावत आहे.'' त्यांनी दाणकन फोन खाली आपटला.

मी लगेच त्या विभागातील पोलीस चौकीला फोन करून सर्व हकीकत सांगितली. त्यांनी ताबडतोब हालचाल केली. पण नंतर मला जे कळले ते अगदी वाईट होते. त्या मुलीच्या आईवडिलांना फोन करून धमकावण्यात आले की 'मुलीला भेटू देत नाहीत ही तक्रार त्यांनी मागे घ्यावी नाही तर त्याचे फार वाईट परिणाम होतील.' आईवडील घाबरले अन् लगोलग रात्रीची गाडी पकडून मुलीच्या घरी आले. जाण्यापूर्वी मला त्यांनी फोन केला. मी त्यांना सल्ला दिला की जाण्यापूर्वी तिथल्या पोलीस चौकीत जा आणि त्यांची मदत घेऊन मगच मुलीला भेटायला जा.

त्यांनी माझे म्हणणे ऐकले अन् पोलिसांसह ते मुलीच्या घरी गेले. त्यांना घरात प्रवेश करू दिला नाही. मुलीलाच बाहेर पाठवून बोलायला लावले. त्या वेळी तिचा नवरा पहारा देत उभा होता. मुलीने सांगितले की ती तीन महिन्यांची गरोदर आहे. आईवडिलांना हे प्रथमच कळत होते. पुढे ती म्हणाली की तुमचे अन् त्यांचे मतभेद आहेत त्यामुळे ते तुम्हाला भेटू देत नाहीत. त्यांच्यात बदल संभवत नाही कारण ते सर्व स्वभावाने हेकट आहेत. आता ती आई होणार असल्याने तिला त्यांच्या कलाने

घेणे भाग आहे. कारण घरात जर शांतता हवी असेल तर तिनेच गप्प राहणे श्रेयस्कर ठरेल. तेव्हा यापुढे तिला तिच्या आईवडिलांशी संपर्क ठेवणे शक्य होणार नाही. आईने जेव्हा खडसावून विचारले की तुला आम्ही इतके शिकवले ते त्यांच्या लहरीला शरण जाण्यासाठीच का, त्यावर त्या मुलीकडे उत्तर नव्हते. ती गप्पच राहिली. नंतर त्या मातापित्यांनी उलट मलाच फोन करून तक्रार मागे घ्यायची विनंती केली.

हे ऐकून मला रागच आला. आजच्या कणाहीन सुशिक्षित मुलींची हालत कळून चुकली. एका कॉम्प्युटर सॉफ्टवेअर इंजिनिअर मुलीत एवढीही धमक असू नये? तिच्यासारख्या अनेक जणी सासर गमावून बसू या भीतीपोटी सरळ शरण जाणे पत्करतात. ही घरे कसली, हे तर तुरुंग आहेत. ह्या मुलींना स्वातंत्र्याची भीती वाटते. मग त्यांचे आईवडील तरी काय करतील? मुलीचे लग्न झाले की त्यांचा मुलीवरचा हक्कच जणू संपुष्टात येतो. मुलींना आईवडिलांना विसरून जावे लागते. तेही मुलीप्रमाणे परिस्थितीला शरण जातात. मग आपण आधुनिक आहोत, शिक्षण घेतले आहे याचा काय उपयोग आहे? म्हणून मला विषादाने म्हणावेसे वाटते, या देशात अजूनही मुलगी झाली की नकोशी होते या परिस्थितीला आपणच जबाबदार आहोत.

१३

इच्छा आहे तिथे मार्ग आहे

असे म्हटले जाते की 'इच्छा आहे तिथे मार्ग आहे'. अशी सुभाषिते जेव्हा व्यवहारात आणली जातात तेव्हा इतरांनी ते अनुभव पाहून त्यातून काहीतरी शिकावे, त्यातून प्रेरणा घ्यावी. आज अशीच एक घटना मी तुमच्यासमोर मांडणार आहे. त्यातून वरील सुभाषिताचा तुम्हाला प्रत्यय येईल.

काही वर्षांपूर्वी दिल्ली पोलीस खात्यातील चौदा अधिकाऱ्यांनी एकत्र येऊन एक गैरसरकारी संस्था स्थापन केली. मी त्यांतील एक अधिकारी होते. संस्थेचे नाव नवज्योती. या संस्थेची स्थापना करण्याचा हेतू गुन्हे घडण्यापासून थांबवणे हा होता. गुन्हेगारी थांबवणे, गुन्हेगारांवर उपचार करणे, त्यांचे पुनर्वसन करून समाजसुधारणेला हातभार लावतील असे उपाय योजणे हे संस्थेचे एक उद्दिष्ट होते. जेव्हा संस्थेची नोंदणी केली तेव्हा पोलीस अधिकाऱ्यांनी एकत्र येऊन स्थापन केलेली ही देशातील अशा प्रकारची पहिली संस्था होती. कदाचित जगातील पहिलीही असू शकेल.

पोलीस अधिकाऱ्यांचे परंपरेने चालत आलेले काम म्हणजे गुन्हे शोधणे, गुन्हेगारांना अटक करणे, जाबजबाब घेणे, खटले भरणे, गस्त घालणे आणि गुन्ह्यांसंबंधीच्या गुप्त बातम्या मिळवणे. एखाद्या पोलिसाने किती गुन्हे उघडकीला आणले, किती जणांना अटक केली यांवर त्याची कर्तबगारी मोजली जाते. किती गुन्हे होण्यापासून टाळले गेले यावर त्याचे मूल्यमापन होत नाही. या संदर्भात कोणती कसोटी लावावी हेही स्पष्टपणे आपल्या देशात कधी कुठे नमूद केलेले नाही.

त्यामुळे खरे म्हणजे पोलिसांनी गुन्हे टाळण्यासाठी प्रयत्न केले तर त्याचे स्वागतच व्हायला हवे. अशी यंत्रणा नसणे ही पोलीस खात्यातील एक त्रुटी आहे असे मला वाटते आणि कधीतरी दूरदृष्टीचे, समर्पित वृत्तीचे पोलीस खात्याचे प्रमुख अधिकारी एकत्र येऊन ही त्रुटी दूर करतील अशी मला आशा वाटते.

नवज्योती संस्थेची स्थापना, गुन्हेगारी ज्या कारणाने उद्भवते त्यांच्या मुळावरच

उपचार करणे यासाठी केली गेली. नवज्योतीशी संबंधित असलेल्या पोलीस अधिकाऱ्यांनी दिल्लीतील गुन्हेगारी फोफावलेली एक वस्ती निवडून त्यामध्ये अनेक विधायक, शैक्षणिक उपक्रम सुरू केले. ही एक छोटीशी सुरुवात होती, पण त्याचे परिणाम इतके दूरगामी होते की आपोआप हे बदल सशक्त होत गेले. आज दीड लाख लोकसंख्या असलेल्या यमुना पुश्ता या झोपडपट्टीतील

सात हजार मुले नवज्योतीने सुरू केलेल्या प्राथमिक शाळेत आणि इतर शैक्षणिक उपक्रमांत सहभागी झालेली आहेत. दिल्लीच्या लाल किल्ल्यासमोरच्या या वस्तीत ठळक बदल घडत आहेत.

या शाळांमध्ये मुलांनी यावे म्हणून आम्हाला प्रथम त्यांच्या आयांना राजी करायचे कठीण काम पार पाडावे लागले. या अत्यंत गरीब कुटुंबात एक मूल म्हणजे दिवसाला पन्नास रुपये किंवा महिन्याला पंधराशे कमावणारे दोन हात असतात. भीक मागणे, कचरा चिवडणे, प्लॅस्टिक वस्तू विकणे, बाजूने वाहणाऱ्या यमुना नदीत बुडी मारून भाविकांनी फेकलेली नाणी वेचणे, चोऱ्या करणे, मादक पदार्थ विकणे, बालमजुरी, उचलेगिरी इत्यादी अनेक मार्गांनी ही मुले पैसे मिळवतात. त्यामुळे खूप मुले असणे हे अशा कुटुंबात वरदान मानले जाते. त्यात मुली असल्या तर त्या धाकट्या भावंडांना सांभाळण्याचे आणखी एक काम करतात.

अशा मुलांना शिकवणे म्हणजे त्यांच्या हातून पुढे होणाऱ्या गंभीर गुन्हेगारीला प्रतिबंध करणे, हा पोलीसकार्याचा एक सकारात्मक पैलू आहे. नवज्योतीने त्यांच्यासाठी शाळा उघडल्या आणि अशा मुलांच्या आया, वडील किंवा इतर पालक यांच्या मदतीने त्यांत मुलांची भरती केली. तिथे केलेल्या आणखी एका यशस्वी उपक्रमाची माहिती मला इथे मुद्दाम नमूद करायची आहे.

इथल्या स्त्रियांसाठी विकास कार्यक्रम राबवणे हाही नवज्योतीचा एक उद्देश होता. त्यासाठी स्त्रियांचे स्वयं-आधारगट स्थापन करण्यात आले. प्रत्येक गटामध्ये पंधरा ते वीस स्त्रियांना एकत्र आणून रोज दोन ते पाच रुपये बचत करायची असे त्यांना सुचवण्यात आले. महिन्याभरात साठलेले त्यांचे पैसे ही त्यांची घरगुती बँक बनली आणि त्यांना जेव्हा गरज लागली तेव्हा हे पैसे त्यांना वेळेवर उपलब्ध झाले. या स्त्रियांच्या गटाने त्यांची गटप्रमुख स्वत:च निवडली. नवज्योतीच्या स्वयंसेवकांनी त्यांना सोप्या रीतीने या एकत्रित पैशाचे हिशोब कसे ठेवायचे याची माहिती दिली. वेळोवेळी त्यांच्या बैठका घेऊन त्यांना मार्गदर्शन केले. लवकरच हे गट स्वतंत्रपणे काम करू लागले आणि इतर स्त्रियांना अशा बचत गटांचे फायदे काय आहेत याबद्दल माहिती देऊ लागले. अशा बचत गटांतून पैसे घेऊन काहींनी लहानसहान

स्वतंत्र उद्योगांची उभारणी केली.

अशा स्वयंबचत आधार गटांचे पहिले संमेलन गांधी दर्शन या इमारतीत भरवले गेले. मी त्या संमेलनाला उपस्थित होते. सातशे महिलांनी तिथे हजेरी लावली. फक्त आठ महिन्यांत शून्यापासून सुरुवात करून आज तिथे तेहतीस आधार गट उभे आहेत. त्या सर्वांनी मिळून जवळजवळ दीड लाख रुपयांची बचत करून एकोणीस बँक खाती उघडली आहेत. एकवीस स्त्रियांनी त्यांतून स्वयंरोजगारासाठी, आपल्या मुलांच्या शिक्षणासाठी, कुटुंबीयांच्या आरोग्यासाठी, मुलीच्या लग्नासाठी अशा अनेक कारणांसाठी पैसे घेतलेले आहेत. त्या संमेलनात त्यांनी स्वत: निर्माण केलेल्या छोट्या छोट्या वस्तू मांडून ठेवल्या होत्या. त्यांची विक्री करून त्या स्त्रिया पैसे मिळवत होत्या. त्यांना आता आत्मविश्वास आला होता, सुरक्षित वाटत होते.

त्यांना मी पूर्वीची परिस्थिती कशी होती असे विचारले. त्यांनी मला उत्तर दिले, पूर्वी त्यांच्या वस्तीभोवती कर्ज देणारे गुंड वृत्तीचे लोक घिरट्या घालत असत. एक हजार रुपये कर्जाऊ देतानाच पहिला पन्नास रुपयांचा हप्ता कापून घेतला जात असे. आणि त्यानंतर पुढचे पन्नास दिवस रोज त्यांच्याकडून पंचवीस रुपये वसूल केले जात. एकूण बाराशेपन्नास रुपये परत करावे लागत. यामध्ये त्यांचे तीनशे रुपयांचे सरळ नुकसान होत असे.. म्हणजे महिन्याला त्यांना वीस टक्क्यांहून अधिक व्याज द्यावे लागे. शिवाय तो सावकार त्यांच्या झोपडीची कागदपत्रे, रेशनकार्ड वा ओळखपत्र असे काहीतरी हमीसाठी ठेवून घेत असे. रेशन आणायचे असल्यास गयावया करून ते कार्ड एका दिवसासाठी मागून घ्यावे लागे. पैसे परत करण्यास टाळाटाळ केली वा शक्य झाले नाही, तर आपल्या साथीदारांसह येऊन धमक्या देणे शिवीगाळ करणे, मारहाण करणे असे उपाय सर्रास केले जात. वेळ पडली तर पोलिसांनाही बोलावून घेऊन वसुली केली जाई.

मी त्यांना विचारले की आज त्या कोणत्या परिस्थितीत होत्या. त्यांनी सांगितले की आज त्यांच्या बचत गटाकडून पैसे मिळवण्यासाठी फक्त एक रुपया सेवाखर्च आकारला जातो, कारण ते पैसे त्यांनीच बचत करून गोळा केलेले आहेत.

आज या झोपडपट्टीतील महिला दुसऱ्यावर अवलंबून न राहता आणखी पुढे जाण्यासाठी सज्ज झाल्या आहेत. त्या स्वत:साठी सहकारी संस्था काढण्याच्या विचारात आहेत.

जिथे इच्छा असते तिथे मार्ग असतो, नेहमीच असतो.

१४

उत्कृष्ट आणि निकृष्ट

एकदा परदेशात असताना मला तिथले उत्कृष्ट आणि निकृष्ट एकाच वेळी अनुभवायला मिळाले. स्वयंशिस्तीवर आधारित अशा नियमित वाहतुकीचे प्रशासन मी पाहिले, तसेच काही अगदी रसातळाला गेलेल्या परिस्थितीचा अनुभवही मला आला. अमली पदार्थांच्या सेवनानंतर तिथल्या क्लब आणि पब (मद्यविक्रीची केंद्रे) मध्ये तरुण मुलामुलींनी घातलेला हैदोस हा तिथे दिवसेंदिवस एक उग्र प्रश्न बनत चाललेला आहे. या समस्येने इतके भीषण स्वरूप धारण केले आहे, की तेथील गृह खात्याने स्वतंत्र नियमपुस्तिका काढून पब आणि क्लब यांच्या चालकांना आपल्या तरुण ग्राहकांसाठी तिचा वापर करायला सांगितले आहे. अमली पदार्थांचे सेवन हे त्या सरकारने आता अनिवार्य मानलेले आहे. पब आणि क्लबचालक असे पदार्थ पुरवताना आढळले तर त्यांना तुरुंगवासाची शिक्षा होऊ शकते. त्यांच्या ग्राहकांनी स्वत:हून सेवन केले तरी परवानगी दिल्याच्या कारणावरून चालकांना गजाआड व्हावे लागते. तरीदेखील अशी आचारसंहिता सरकारने त्यांना पुरवली आहे कारण अमली पदार्थ सेवन त्या सरकारने नाईलाजाने का होईना स्वीकृत केले आहे. त्यापासून उत्पन्न होणारे धोके कमीतकमी कसे करता येतील यावर या पुस्तिकेत मार्गदर्शन केले आहे.

गृह खात्याने या पुस्तिकेचे नाव *'सेफर क्लबिंग'* असे ठेवलेले आहे. कारण असा क्लब आणि पबमध्ये विशेष सुरक्षिततेचे उपाय योजायची आज गरज उत्पन्न झालेली आहे. अमली पदार्थ सेवनानंतर होणारी हिंसा टाळण्यासाठी ग्राहकांकडे शस्त्रे नसल्याची आधी खात्री करून घ्यावी असे ही पुस्तिका सांगते. नुसती वरवरची तपासणी उपयोगी ठरणार नाही, तर धातुशोधक यंत्रे बसवून प्रत्येकाला आत सोडावे. हाताने अंगावर छोटे उपकरण फिरवून धातूचे अस्तित्व शोधणारी यंत्रे वा दारासारख्या कमानी, विमानतळावर वा पोलीस खात्यात सरकार वापरते तशी यंत्रे, या चालकांनी

बसवून घ्यावीत. ही यंत्रे महाग असतात. अंदाजे दहा लाख रुपये प्रत्येकी लागतात. सरकारचे म्हणणे आहे की क्लबना तसा भरपूर फायदा होतो तेव्हा इतका खर्च त्यांना सहज परवडेल. त्यांनी जी पाहणी केली त्यात असेही आढळले, की विशिष्ट प्रकारच्या संगीतामुळे नशेत असलेल्या तरुणांमध्ये हिंसक प्रवृत्ती एकदम बळावते आणि ते शस्त्रे परजून मारामारीला सुरुवात करतात.

लंडनचे प्रमुख पोलीस अधिकारी श्री. माईक फुल्लर यांनी जेव्हा या नव्या आचारसंहितेची सुरुवात केली, तेव्हा लंडन क्लबमधील उपस्थितांना उद्देशून ते म्हणाले की हिंसेची आणि धमक्यांची, दहशतीची संस्कृती अवैध मार्गाने होणाऱ्या अमली पदार्थांच्या पुरवठ्यामुळे फोफावते. तेव्हा क्लबला जाणाऱ्या सगळ्यांनी या बाबतीत जागरूक राहायला हवे. आपण योग्य ती सुरक्षिततेची साधने वापरून काळजी घेतली, तर हा हिंसाचार संपूर्ण थांबला नाही तरी बऱ्याच अंशी कमी करता येईल.

या पुस्तिकेमध्ये अमली पदार्थांचे दुष्परिणाम कमीतकमी कसे करता येतील याबद्दल मार्गदर्शन केलेले आहे. हे पदार्थ क्लबमध्ये कोणकोणत्या मार्गाने येतात आणि त्याला प्रतिरोध कसा करता येईल तसेच अमली पदार्थ सेवन करणाऱ्या कोणकोणत्या बाबींपासून धोका संभवतो याच्याही सूचना आहेत. 'एक्स्टसी' हे एका अशा पदार्थाचे व्यापारी नाव आहे. ते सेवन केले की माणसाच्या शरीरातील पाण्याचे प्रमाण एकदम घटते आणि प्रसंगी मृत्यू ओढवतो. सरकारी अधिकाऱ्यांनी असे मृत्यू टाळण्यासाठी क्लबचालकांनी अशा तरुणाला पिण्यासाठी पाणी उपलब्ध करून द्यावे अशी सूचना केली आहे.

फार गर्दी होऊ नये किंवा जागेचे तापमान वाजवीपेक्षा वाढू देऊ नये, वायुवीजनाची सोय चांगली असावी, कारण अमली पदार्थ घेऊन नशेत नाचणाऱ्या तरुणांना त्याची गरज आहे. तसेच चालकांनी आपल्या कर्मचाऱ्यांना नशीले पदार्थ घेतलेली, दारू प्यायलेली किंवा या दोन्हींचे सेवन केलेली गिऱ्हाइके ओळखण्याचे प्रशिक्षण द्यावे. क्लबमध्ये एखादी निवांत खोली असावी म्हणजे एखाद्या व्यक्तीला औषधाच्या दुष्परिणामामुळे वैद्यकीय सेवा वा इतर उपचारांची गरज भासली तर शांत जागा हवी.

गृह खात्याचे मंत्री श्री. बॉब ऐनस्वर्थ म्हणतात, ''आपण अमली पदार्थांच्या सेवनापासून त्यांना परावृत्त करू शकलो नाही, तरी त्यामुळे होणारे नुकसान कमीतकमी व्हावे ह्याची काळजी घ्यावी.'' दुर्दैवाने आजच्या अनेक तरुणतरुणींच्या आयुष्यात असे पदार्थ सेवन करणे हा एक अविभाज्य, टाळता न येण्यासारखा भाग बनला आहे. रात्रीची मौजमस्ती त्याशिवाय पूर्णच होत नाही. क्लबचालकांनी, नृत्यगृहाच्या मालकांनी आपल्याला पैसे देणाऱ्या या तरुण गिऱ्हाइकांची जास्तीत जास्त काळजी घेणे, त्यांच्यासाठी शक्य त्या सोयीसवलती उपलब्ध करणे आपले कर्तव्य मानायला

हवे. इतके करूनही अनेक तरुण अशा सेवनानंतर होणाऱ्या नुकसानीकडे दुर्लक्ष करतात अन् नशेच्या आहारी जातात.

आपल्या मुलामुलींचा नशेच्या आहारी जाऊन मृत्यू झालेला पाहिलेले अनेक पालक पोलिसांच्या या उपक्रमाला पाठिंबा देत आहेत. अशा एका होरपळलेल्या पालकाने श्रीयुत स्पिक्स यांनी म्हटले आहे की पोलिसांनी अशी मदतीची भूमिका घेतल्याने या तरुणांना व्यसन लागल्याचे लवकर लक्षात येईल. प्रत्यक्ष आणीबाणीचा प्रसंग उद्भवेल तेव्हा मदत मिळेल आणि अनेक तरुण जीव वाचवू शकतील. अमली पदार्थांचे सेवन करून मृत्यू पावलेल्या लिया नावाच्या कोवळ्या मुलीची आई श्रीमती जॅनेट बट्स म्हणतात, पोलिसांनी अशा क्लबवरती कठोर कारवाई करावी. जे क्लब आपल्या आवारात अशा नशेच्या पदार्थांचा पुरवठा होत असताना कानाडोळा करतात, त्यांचा परवानाच पोलिसांनी रद्द करावा. आपल्या तरुण पिढीला वाचवणे अधिक महत्त्वाचे आहे. या क्लबचालकांना पैशाच्या मोहापायी आपण कितीकांचे नुकसान करतो याची जाणीव नसेल तर त्यांच्या अवैध उत्पन्नाच्या स्त्रोतावरच घाला घालायला हवा.

या आवाहनाला गृह खात्याने प्रतिसाद दिलेला आहे. या संदर्भातील कायदे कडक करण्यासाठी पावले उचलली आहेत. क्लबचालकांनी नशील्या पदार्थांच्या सेवनाला परवानगी दिली असे आढळून आले, तर त्यांची तुरुंगात रवानगी होऊ शकते. एक्स्टसी किंवा नृत्य यांच्या वेळी झिंग आणणारे नशीले पदार्थ क्लबच्या परिसरात मिळतात याकडे त्यांनी कानाडोळा केला, तरीही ते गजाआड होऊ शकतात.

ही बातमी कळली आणि मला मी चंदीगडला पोलीस अधिकारी म्हणून नियुक्त झाले त्या वेळची आठवण झाली. त्या वेळी मी पहिले पाऊल उचलले ते म्हणजे दारू, बियर विकणारे पब रात्री अकराला बंद करायला लावले. त्यापूर्वी ते रात्रभर उघडे असत. या माझ्या कठोर कारवाईचे शहरातील पालकांकडून चांगलेच स्वागत झाले. त्यांची मुले घरी लवकर परतू लागली. शहरातील गुन्हेगारी रोखली गेली. विशेषत: दारूशी, अमली पदार्थांशी संबंधित गुन्हे नियंत्रणात आले. तरुण मुलींना पळवून न्यायचे, फूस लावून न्यायचे प्रकार कमी झाले.

काही महिन्यांपूर्वी दिल्लीत आणखी बार उघडायला परवानगी द्यावी म्हणजे आणखी महसुली उत्पन्न राज्यसरकारला मिळेल म्हणून प्रयत्न करण्यात आला. पण लोकांनी दबाव आणून तो हाणून पाडला. लंडनसारखी, इंग्लंडसारखी भयावह परिस्थिती इथे येऊ नये असे वाटत असेल, तर त्यांच्या चुकांपासून आपण धडे घ्यायला हवेत. तरुण मुलामुलींसाठी पब उघडणे म्हणजे आणखी नशीले पदार्थ घ्यायला त्यांना उत्तेजन देणे. त्याने हिंसाचार, गुन्हे वाढतात. मृत्यूचे प्रमाण वाढते.

महसुलातून मिळालेला वाढीव पैसा सरकारला हॉस्पिटल, पोलीस, कोर्टकचेऱ्या, विमा, अनाथाश्रम यांवर अधिक प्रमाणात खर्च करावा लागतो. पाश्चात्त्य देशांत जे चाललेय ते सगळेच काही अनुकरणीय नाही. त्यांनाही आम्हापासून शिकण्यासारखे बरेच काही आहे. कुटुंबसंस्था, मुलांची काळजी घेण्यासाठी स्वत:चे सारे काही दुय्यम मानणे ही भारतीय परंपरा या गोष्टी सर्व जगाने अनुकरण कराव्यात अशा आहेत. हा आपला सांस्कृतिक वारसा आपण बळकट करायला हवा कारण निकोप, घट्ट विणलेली कुटुंबसंस्था ही आपली राष्ट्रीय संपत्ती आहे.

१५

सर्वांत जुना व्यवसाय फोफावतो आहे

या लेखामध्ये मी एका घडलेल्या प्रसंगाचा तपशिलात जाऊन परामर्श घेणार आहे. समाजाच्या एका फार मोठ्या वर्गात या घटनेचे पडसाद उमटले आणि विचारशील माणसांना त्याने अस्वस्थ केले. टीव्हीच्या पडद्याने आणि वर्तमानपत्रांनी त्या घटनेला ठळक प्रसिद्धी दिली. मी तटस्थपणे प्रथम घटना जशी घडली तशी तुमच्यापुढे ठेवणार आहे आणि नंतर तिचा अन्वयार्थ लावायचा प्रयत्न करणार आहे. ही घटना खरी आहे की खोटी, उचित आहे की अनुचित यांकडे लक्ष न देता अशा घटना घडण्यापासून टाळता येतील का याचा अभ्यास अशा विचारमंथनातून व्हावा इतकीच माझी इच्छा आहे. जर या घटना टाळता आल्या तर कशा टाळाव्यात, त्यासाठी कुणी प्रयत्न करावेत किंवा आपले कर्तव्य नीट पार पाडावे, कशा प्रकारे प्रतिबंधक उपाय योजना येतील, आपले कर्तव्य काही जणांनी नीट निभावले तर अशा घटना होण्यापासून टळतील का, यात जे दोषी आहेत त्यांना कडक शिक्षा झाली तर इतरांना दहशत बसेल का, इतर लोक असे गुन्हे करायला परावृत्त होतील अशीच शिक्षा या गुन्ह्यांना द्यावी का, या प्रश्नांची उत्तरे शोधायला सर्वांनी प्रवृत्त व्हावे म्हणून मी हा लेखनप्रपंच मांडला आहे. प्रथम ही घटना क्रमवार कशी घडली ते पाहा.

पहिला दिवस

एका तरुण स्त्रीला दोन गाड्यांमधील पाचसहा तरुणांनी पळवून नेले आणि नंतर तिच्यावर बलात्कार केला. यातील दुर्दैवी तरुणी आपल्या दोन पुरुष सहकाऱ्यांबरोबर एका वेगळ्या गाडीतून प्रवास करत होती. दोन गाड्यांनी पाठलाग करत तिची गाडी अडवली. तिच्या सहकाऱ्यांना बदडले आणि तिला गाडीतून ओढून काढून आपल्या गाडीत बसवले. तिथून एका वस्तीत तिला नेऊन त्या सर्वांनी तिच्यावर बलात्कार

केला. त्या विभागातील पोलिसांच्या म्हणण्याप्रमाणे तिचा वैद्यकीय अहवाल जबरी बलात्कार झाल्याचे स्पष्टपणे सुचवतो.

दुसरा दिवस

पोलिसांनी पहिली अटक केली. एका नामवंत विद्यापीठाचा माजी विद्यार्थी नेता या घटनेमधील एक आरोपी होता असे आढळून आले. तो एका निवृत्त सरकारी अधिकाऱ्याचा मुलगा होता आणि आपला व्यवसाय करत होता. त्याच्यावर एका निर्घृण गुन्ह्याचा आरोप होता आणि जामिनावर सुटून तो मोकळा फिरत असताना त्याने हा गुन्हा केला. काही महिन्यांपूर्वी बलात्कारित स्त्रीला त्याने आपल्या घरी एका कार्यक्रमात गाणे म्हणण्यासाठी बोलावले होते, अशीही माहिती पोलिसांनी गोळा केली.

तिसरा दिवस

घटनेचे आणखी तपशील पोलिसांच्या हाती आले. ज्या घरात नेऊन त्या स्त्रीवर बलात्कार करण्यात आला, त्या घरीही ती स्त्री गाण्याचा कार्यक्रम करायला गेली होती. तिच्या मैत्रिणीने सांगितले की ज्या दिवशी गाण्याची मैफल झाली त्या दिवशीसुद्धा आरोपीने गाणे संपल्यावर आपल्याबरोबर रात्र घालवशील का, असे बलात्कारित स्त्रीला विचारले होते. आपण त्याचा मोबदला देऊ असेही सांगितले होते. त्या वेळी त्याला स्पष्ट कल्पना दिली होती, की त्या स्त्रिया फक्त गाण्याचे कार्यक्रम करतात आणि रात्र घालवणे हा त्यांचा पेशा नाही. त्यानंतरही आरोपी अधूनमधून त्या स्त्रीला तिच्या मोबाइलवर फोन करून सतावत असे. त्या बलात्कारित स्त्रीचे पुरुष सहकारी म्हणाले की त्यांनी त्या फोनकडे इतके लक्ष दिले नाही कारण त्यांना नेहमीच तसे फोन येत असतात. दहा मैफली केल्या की त्यांतील नऊ वेळा अशा पद्धतीची विचारणा होते आणि आमच्याकडून नकार जातो.

चौथा दिवस

बलात्कारित स्त्रीने ओळख परेडमध्ये आरोपीला ओळखून काढायला नकार दिला. पोलिसांसाठी तिने परेडमध्ये ओळखणे अत्यंत महत्त्वाचे होते. बलात्कारित स्त्रीच्या शेजाऱ्यापाजाऱ्यांनी सांगितले की ती स्त्री ही सर्व वसाहतीची डोकेदुखी आहे. कारण तिच्या फ्लॅटमध्ये अनेक मुलींची भलत्यासलत्या वेळी सतत येजा चालू असते. नवनवे तरुण आणि नव्यानव्या गाड्याही वेळीअवेळी तिच्या जागेसमोर उभ्या असतात. त्या जागेचे प्रत्यक्ष भाडेकरू एक लग्न झालेले जोडपे होते पण ते कधी तिथे दिसत नव्हते. त्या जागेत फक्त नव्या मुली आणि गाड्या दिसत असत. त्या

इमारतीचे रखवालदारही अशा येण्याजाण्याला पुष्टी देत होते.

त्या उलट ज्या घरात त्या स्त्रीवर बलात्कार झाला, त्या घरातील लोक आणि आसपासचे शेजारी आपले तोंड उघडायला अजिबात तयार नव्हते. त्यांनी सांगितले की त्या घराला जवळजवळ वर्षभर कुलूप लावलेले होते. तिथे कुणीही राहात नव्हते. तिथे कोण राहते, ते कुणाचे घर आहे यांबद्दल त्यांना काहीही माहिती नव्हती. वस्तीच्या रखवालदारालाही त्या घरात कोण राहते ठाऊक नव्हते.

त्या घरासमोर असलेल्या घरातील व्यक्तींनी आपल्या घराचे दारही उघडायला नकार दिला. वस्तीची एक हितरक्षण समिती होती. त्यांनाही त्या घराच्या मालकांबद्दल वा भाडेकरूबद्दल माहिती नव्हती. कधी तक्रारच आली नसल्याने त्यांनाही आपणहून चौकशी करायचा प्रश्नच उद्भवला नाही. पण त्या घराच्या मालकाचे आणि भाडेकरूचे भांडण चालले असावे. त्यांच्यात कोर्टकचेऱ्या चालल्या असाव्यात असा अंदाज त्या हितसंरक्षण समितीच्या सभासदाने व्यक्त केला.

पाचवा दिवस

बलात्कारितीने आपली जबानी बदलली. पुरावा असे सांगत होता की तिथे वेश्याव्यवसाय चालत होता.

पोलीस सांगतात की हा सरळ सरळ व्यवहार होता. पैसे देऊन त्या स्त्रीला नेण्यात आले आणि नंतर पैशात फिस्कटले म्हणून बलात्काराचा गुन्हा नोंदवण्यात आला. कदाचित आधी दोघाच पुरुषांबरोबर व्यवहार ठरला आणि नंतर त्यांची संख्या वाढल्यावर तिने नकार दिला. त्यामुळे तिला गाडीतून बाहेर ओढून पळवण्यात आले असावे. नंतर असेही उघडकीला आले की आरोपी नंबर दोन हाही त्या भागात गुंड म्हणून प्रसिद्ध होता. त्यालाही एका निर्घृण गुन्ह्यासाठी अटक झाली होती आणि तोही जामिनावर बाहेर मोकळा फिरत होता. या वेळेपर्यंत पोलिसांनी मिळालेल्या पुराव्याची डी.एन.ए. परीक्षा करायचा निर्णय घेतला होता.

यावरून असे सहज लक्षात येते की वेश्याव्यवसायाने आपला पत्ता बदलला आहे. लाल बत्तीचा विभाग म्हणून पूर्वी नागरी वस्तीपासून असा भाग सहजपणे वेगळा करता येईल. आता मोबाइल फोनच्या जमान्यात हा व्यवसाय उच्चभ्रू, पॉश समजल्या जाणाऱ्या वस्तीपर्यंत पसरला आहे. मसाज केंद्र, आरोग्य केंद्र आणि एन्टरटेनमेंट सेंटर, हॉटेल, विश्रामगृहे, गावाबाहेर शेतांवर बांधलेली फार्म हाऊस अशा नावाच्या जागा वापरून वेश्याव्यवसायामध्ये नवे नियम येत आहेत. त्यामध्ये गुंतलेल्या स्त्री-पुरुषात मतभेद झाले वा भांडण उद्भवले तरच तक्रारीचा सूर उमटतो. त्यामुळे अशा अवैध छुप्या वेश्याव्यवसायात कायदा आणि सुव्यवस्था यांचे प्रश्न उभे राहात नाहीत. आणि अटक झालीच तर जामीन मिळणे अगदी सोपे असते.

उच्चभ्रू आधुनिक जीवनशैली, सदैव उपलब्ध असलेले गिऱ्हाईक, खाजगीपणा जपण्याची धडपड, आपली ओळख सहजपणे लपवता येणे, शेजाऱ्यापाजाऱ्यांशी कमीतकमी संबंध, सहज मिळणारा भरपूर पैसा, खटल्यांनी भरून वाहणारी कोर्टे, अपुरे कायदे आणि एकूण दक्ष वातावरणाचा अभाव या आणि अशा अनेक कारणांमुळे जगातील हा सर्वांत जुना व्यवसाय जोमाने फोफावतो आहे. जेव्हा एखादा व्यवहार फिसकटतो तेव्हा स्त्रियांनी केलेली ओरड कुणाच्याही कानी न पडता व्यर्थ जाते.

१६

आपणच आपल्याला मदत करू या!

गोव्याच्या गोवा विमेन कमिशन या स्त्री-संघटनेने महिला दिन साजरा करायच्या निमित्ताने माझे व्याख्यान आयोजित केले होते. गोव्याच्या त्या भेटीत मला जो अनुभव आला त्याचा मला मनापासून राग आला. मला खात्री आहे की मी पुढे दिलेला अनुभव वाचल्यावर तुमचीही हीच अवस्था होईल.

माझे गोव्याला दोन कार्यक्रम ठरले होते. त्या दोन कार्यक्रमांच्या मध्ये चांगलाच वेळ होता म्हणून माझ्या कार्यक्रमाच्या आयोजकांनी मला शहरात फेरफटका मारून आणायचे मी सुचवले. शहरामध्ये अशी निर्हेतुक फेरी मारली की ते शहर थोड्याफार अंशाने जाणता येते असा माझा आजवरचा अनुभव सांगतो. गोव्यातील एक प्रमुख शहर वास्को इथे मी होते. आयोजकांनी मला विचारले की शहरातील लालबत्तीचा म्हणजे वेश्याव्यवसाय ज्या भागात चालतो तो भाग पाहायचा का? मी होकार दिला आणि आम्ही निघालो.

अशा भागात फिरून पाहणी करायचा हा काहीं माझा पहिलाच अनुभव नव्हता. अनेक ठिकाणी कामानिमित्त मी हे विभाग नजरेखालून घातले आहेत. नेहमीप्रमाणे त्या गचाळ वस्तीत आम्ही पोहोचलो तेव्हा तरुण मुली, स्त्रिया भडक उत्तान कपडे घालून, चेहऱ्यावर रंगरंगोटी थापून, रस्त्यातून, गल्ल्यांतून गिऱ्हाईक हेरत हिंडत होत्या. अनेक पुरुष गिऱ्हाइके तिथे घुटमळत होती. काही सौदेबाजी करत होती. त्या वस्तीतील मला खटकलेली महत्त्वाची गोष्ट म्हणजे तिथे पावलापावलावर मद्याचे बार, पब आणि उघड्या लहान गाड्या यावर मद्यविक्री चालू होती. मला सांगण्यात आले की इथे येणारे पुरुष प्रथम स्वत: दारू ढोसतात, सोबतच्या स्त्रीलाही प्यायला लावतात, प्रसंगी त्यासाठी सक्ती करतात. म्हणजे पुढे जो काही शरीरसंबंध घडतो तो दोन प्यायलेल्या व्यक्तींमध्ये असतो.

मला नेहमी असे वाटते की अशा लहान दुकानांना थोडासा महसूल वाढेल

म्हणून सरकार परवानगी देते आणि नंतर इतर मार्गांनी दसपट पैसे दारूमुळे उद्भवणाऱ्या दुष्परिणामांवर खर्च करते. या विशिष्ट बाबतीत दारूमुळे उन्मत्त झालेली गिऱ्हाइके पशूप्रमाणे वागतात आणि आपल्या विकृत हिंसक गरजा भागवण्यासाठी पैसे फेकून विकत घेतलेल्या स्त्रीला वेठीला धरतात. पैसे घेऊन आपले शरीर विकणाऱ्या स्त्रीला त्याबद्दल तक्रारही करता येत नाही. माझ्या सोबत गोवा राज्याच्या विमेन कमिशनची पदाधिकारी होती. तिला मी विचारले की तुम्ही अशा पिळवणुकीविरुद्ध काही कृती करता का? ती म्हणाली की त्यांचे कुणी ऐकूनही घेत नाही. मला खूप वाईट वाटले. सगळ्या परिस्थितीची चीड मनात साठलेल्या अवस्थेत मी कार्यक्रमाच्या जागी पोहोचले. स्त्रियांच्या एका मोठ्या समूहासमोर उघड्या मैदानात मला व्याख्यान द्यायचे होते.

त्या कार्यक्रमासाठी विमेन्स कमिशनच्या पदाधिकाऱ्यांनी गोव्याच्या उपमुख्यमंत्र्यांना आणि स्थानिक आमदारांना निमंत्रण दिलेले होते. त्या दोघांनी यायचे कबूलही केले होते. पण प्रत्यक्ष कार्यक्रमाच्या जागी दोघेही उपस्थित नव्हते. त्या दोघांनी आपण येत नसल्याची साधी सूचनाही कुणाबरोबर वा फोनवरून दिलेली नव्हती. म्हणजे तेवढेही सौजन्य या विमेन्स कमिशनला दाखवायची त्यांना गरज वाटली नाही. माझ्या समोरच्या मोकळ्या प्रशस्त मैदानावर स्त्रिया दाटीवाटीने बसल्या होत्या आणि कडेला पुरुषांची तुरळक उपस्थिती दिसत होती.

त्या स्त्री-पुरुषांना उद्देशून भाषण करताना हे सर्व माझ्या मनामध्ये खदखदत होते. मी त्यांना सांगितले की स्त्रियांच्या विनंत्या, आक्रोश सबंधितांपर्यंत पोहोचणे जरुरीचे आहे. पण जोपर्यंत या स्त्रिया आपण दिलेला शब्द मोडणाऱ्या राजकीय नेत्यांना मते देतात तोपर्यंत त्यांचे कुणी ऐकणे शक्य नाही. त्यासाठी आपापला पक्ष, जातिभेद विसरून जाऊन 'स्त्रिया आहोत' या एका मुद्द्यावर आपण एकत्र यायला हवे. अशा अनिष्ट गोष्टींविरुद्ध आवाज उठवण्यासाठी संघटित होणे गरजेचे आहे. कारण शेवटी दारू, गुत्ते आणि पबची वाढती संख्या तसेच जुगार, वेश्याव्यवसाय, कॅसिनो यांसारख्या गोष्टींमुळे जो दुर्व्यवहार वाढतो त्याची स्त्रियाच शिकार होतात. त्यांनी राज्यकर्त्यांना ठणकावून सांगायला हवे, की अशी सामाजिक अरिष्टे दूर करण्यासाठी त्यांनी पावले उचलली नाहीत तर त्यांना मते देणार नाही.

मला पुढे असेही सांगण्यात आले की स्त्री-संघटनांनी विरोध केला तरीही गोवा राज्यसरकारने आलिशान जुगारगृहांना (कॅसिनो) राज्यात परवानगी दिली. आपल्या देशाच्या नकाशावर कॅसिनो असलेले गोवा हे पहिले राज्य ठरले आहे. पुढे त्या स्त्रियांनी सांगितले की विद्यमान सरकार या परवानगीसाठी आधीच्या सरकारला

जबाबदार धरते आहे. त्यांनी आधीच परवानगी दिल्यामुळे अनेक कंपन्यांनी कॅसिनोगृहात गुंतवणूक केली आणि आता तो निर्णय फिरवता येणार नाही. जरी विद्यमान सरकार सत्तेत येण्यापूर्वी त्यांनी कॅसिनो उभारणीस विरोध केला होता तरीही आता त्यांचे येणे थांबवता येणार नाही.

फक्त महिला दिनाचे कार्यक्रम करून आणि त्याला हजेरी लावून समाजाची स्त्रियांप्रती असलेली जबाबदारी राज्यकर्त्यांना झटकता येणार नाही. स्त्रियांचे हक्क जपणे हे समाजाचे कर्तव्य आहे. आरोग्यपूर्ण सुशिक्षित स्त्री ही राष्ट्रीय संपत्ती आहे. ती समाजाच्या समृद्धीला हातभार लावते. तर गरीब, अशिक्षित, आजारी स्त्री दुबळ्या, खंगलेल्या, दुर्लक्षित मुलांना जन्म देऊन समाजावरील जबाबदारी वाढवते.

अशा स्त्रियांच्या सबलीकरणासाठी राज्यकर्त्यांनी, समाजाने पावले उचलणे गरजेचे आहे. एका अर्थाने स्त्रियांचे प्रश्न हे फक्त स्त्रियांचे नसतात, ते पर्यायाने साऱ्या समाजाचे आणि पुढे देशाचे प्रश्न बनतात. देश जर सशक्त, सबल व्हायचा असेल तर इतका मोठा सामाजिक घटक दुर्बल राहून चालणार नाही; हे आपण सर्व जण जितक्या लवकर ओळखून त्या संदर्भात कठोर पावले उचलू, तितक्या वेगाने देश बलवान होईल. स्त्रियांनाही फक्त राज्यकर्त्यांवर जबाबदारी टाकून, झटकून मोकळे होता येणार नाही. आपण आपल्या घरापासून, शेजारीपाजारी, वस्तीमधून, खेड्यांमधून, शाळांमधून स्त्रियांचे सबलीकरण व्हावे यासाठी प्रयत्न करायला हवेत.

१७

जबाबदार पालकत्व

ओरिसामधील एका खेडुताने आपली हेमा नावाची सहा वर्षांची कोवळी मुलगी आपल्याच खेड्यातील रामप्रसाद मांगराज नावाच्या एका सावकाराला अवघ्या पस्तीसशे रुपयाला विकली. सावकाराकडून त्याने कर्ज घेतले होते. त्याची ही परतफेड होती. त्याबद्दल जे लिखित स्वरूपात कागद उपलब्ध झाले आहेत त्यांमध्ये हा सौदा 'विकत' ऐवजी 'दत्तक' हा शब्द वापरून पूर्ण झाल्याचे दिसून येते. ओरिसातील बोलानगीर भागात बोंगोमुंडा खेड्यातील शामलाल टंडी या गृहस्थाने गरिबीमुळे, खायला नसल्यामुळे आपली मुलगी 'दत्तक' दिली. त्याला चार मुले आहेत आणि सर्वात धाकटे मूल तीन महिन्यांचे आहे.

बोलानगीर भागात कधी नव्हे इतका जबर दुष्काळ पडलेला आहे आणि गरीब जनतेची स्थिती आणखी हलाखीची, शोचनीय झालेली आहे. शामलालचे म्हणणे आहे की आपली मुलगी विकल्याबद्दल त्याला अजिबात वाईट वाटत नाही. तिला त्या घरी अधिक चांगले जीवन नक्कीच मिळेल असे त्याला वाटते. हेमाची आई ललिता म्हणते, की आमच्या अडचणी इतक्या विक्राळ होत्या की तिला विकणे आम्हाला भाग पडले. तिला विचारण्यात आले की पुन्हा अशी परिस्थिती उद्भवली तर ती आपले आणखी एक मूल विकायला तयार होईल का? गालांवरती अश्रू ओघळत असलेल्या अवस्थेत ती उत्तरली, ''मुळीच नाही. त्यापेक्षा आम्ही विष खाऊन मरून जाणे पत्करू पण पुन्हा मूल विकणार नाही.''

दरम्यान शामलाल, ललिता आणि त्यांची मुले पुन्हा भीक मागत आहेत. एक मुलगी विकूनही त्यांची परिस्थिती बदललेली नाही. पंचायतीने त्या कुटुंबाला दहा किलो तांदूळ दिला आणि अंगणवाडी संस्थेने त्यांना पाच किलो तांदूळ व एक किलो डाळ दिली. आपल्या समाजातील दुर्बल गटाची परिस्थिती किती हलाखीची आहे याचे हे बोलके उदाहरण आहे.

आपल्या उपजीविकेसाठी भीक मागणे हा एकमेव पर्याय शिल्लक असताना आपण आणखी मुलांना जन्म देऊन खाणारी तोंडे वाढवू नये, इतकेही त्या कुटुंबाला समजत नाही. आणि त्यांना हे कुणी समजावून सांगतही नाही. जर मुलांना खायला अन्न, ल्यायला कपडे आणि किमान शिक्षण, सुरक्षितता या पालकाच्या कर्तव्याला आपण पुरे पडत नाही, तर मुले जन्माला घालू नयेत हे त्यांना उमजायला नको का?

स्थानिक प्रशासन, तिथल्या पंचायती आणि राज्यकर्ते या सर्वांचा नाकर्तेपणा त्यातून दिसून येतो. अधिक मुले जन्माला घालून तुझी गरिबी आणखी वाढवू नको असे सांगणे त्यांचे कर्तव्य नव्हे का? अशाने बाळाची आणि त्याच्या आईची तब्येत खालावते. ती अन्न नसल्याने अशक्त मुले जन्माला घालून आणखी संकटात पडते. पालकत्व म्हणजे काय हे तरी निदान समजावून सांगायला हवे. फक्त गंमत म्हणून, मनोरंजन म्हणून मुले जन्माला घालणे इथवर पालकत्व सीमित नाही. ती त्याहून कितीतरी मोठी, उच्च प्रतीची जबाबदारी आहे.

याच्या बरोबर उलट परिस्थिती जर्मनीमध्ये उद्भवली आहे. तिथली लोकसंख्या कमी होत चालली आहे आणि त्याने एका वेगळ्या प्रकारच्या अनर्थाला त्यांना तोंड द्यावे लागेल अशी भीती उत्पन्न झाली आहे. तेथील स्त्रिया एक मूल जास्त जन्माला घालणे म्हणजे खर्च अन् जबाबदारी वाढते म्हणून विरोध करतात. त्या देशात दरमहा चारशे डॉलर्स याप्रमाणे मूल तीन वर्षांचे होईपर्यंत सुमारे पंधरा हजार डॉलर्स प्रत्येक मातेला अनुदान म्हणून द्याने या तिचारात सरकार आहे. पण तरीही अनेक माता असे करण्यास अनुकूल नाहीत. कुणी पुढे येत नाही. कारण चांगली आई होणे ही महत्त्वाची जबाबदारी आहे, मुलाला सुरक्षित भविष्य देण्याची शाश्वती असल्याशिवाय त्याला जन्म द्यायला तेथील माता तयार नाहीत. मूल हे त्यांना इतर कशापेक्षाही महत्त्वाचे वाटते.

जर्मनीमधील माता असे निर्णय घ्यायला प्रवृत्त होतात, कारण त्यांना पुढे आपल्या मुलांवर अवलंबून राहायचे नाही. भारतीय स्त्रियांप्रमाणे त्या मुलांना म्हातारपणाची काठी मानत नाहीत. आम्ही भारतीय स्त्रियांनी जागृत झाल्याशिवाय आता तरणोपाय नाही. नाही तर देशात भिकाऱ्यांची संख्या वाढत जाईल आणि आपले कर्ज चुकते करण्यासाठी मुले विकण्याचे प्रकारही घडत राहतील.

१८

चौफेर व्यक्तिमत्त्वाचे महत्त्व

दिल्ली विद्यापीठाच्या हिंदू कॉलेजमध्ये विद्यार्थ्यांच्या युवामहोत्सव 'मेघा'च्या उद्घाटनासाठी मला निमंत्रित करण्यात आले होते. मी निमंत्रण स्वीकारले आणि गेले. कॉलेजच्या प्राचार्या डॉ. कविता शर्मा यांच्याबरोबर बसले असताना एक तरुण मुलगा आत आला. डॉ. शर्मांनी माझ्याकडे वळून म्हटले, ''किरण, हा मुलगा आमच्या कॉलेजचा सर्वोत्कृष्ट एनसीसी (नॅशनल कॅडेट कोअर) कॅडेट आहे.'' पुढे त्या म्हणाल्या की, ''आमच्या कॉलेजात एनसीसी जवळजवळ मृतप्राय झाली होती. मी ती पुन्हा सुरू केलेली आहे.''

मी त्यांना चटकन उत्तर दिले, ''या मुलांसाठी तुम्ही एक अत्यंत महत्त्वाची सुविधा उत्पन्न करून दिलेली आहे. तुम्हाला कल्पनाही येणार नाही इतका त्यांना एनसीसीचा पुढील आयुष्यात फायदा होणार आहे.'' पुढे मी त्यांना सांगितले की मी कॉलेजात असताना चार वर्षे एनसीसीमध्ये होते. आज मी पोलीस सेवेत असण्याचे महत्त्वाचे कारण एनसीसी आणि खेळ हे आहे. पोलिसाचा गणवेश चढवण्यापूर्वी चार वर्षे आधी मी एनसीसीचा गणवेश अंगावर चढवला होता. एनसीसीमध्ये गेल्याशिवाय मुले खऱ्या अर्थाने देशभक्ती शिकत नाहीत. तिने चटकन संभाषणाचा धागा पकडून मला विचारले की, या वर्षी एनसीसीच्या उपक्रमांच्या उद्घाटनाला तुम्ही आलात तर फार चांगले होईल. आणि मी होकार देताना म्हटले, ''जरूर येईन. कारण मला त्याची किंमत आणि त्याचे महत्त्व ठाऊक आहे.''

पुढे आम्ही खचाखच भरलेल्या सभागृहात मेघा या युवामहोत्सवाच्या उद्घाटनासाठी गेलो. प्राचार्यांबरोबर झालेल्या संभाषणातून पुढे आलेला विचारच मी माझ्या भाषणातून त्यांच्यासमोर मांडला. विद्यार्थ्यांनी आजच्या काळात चौफेर व्यक्तिमत्त्वाचे असणे किती महत्त्वाचे आहे या विषयावर मी बोलले. आजच्या स्पर्धात्मक युगात जीवनाला अनेक नव्या मिती प्राप्त झालेल्या आहेत. कोणत्याही विशिष्ट अशा प्रशिक्षणाचा

ठरावीक काळ्यानंतर उपयोग होतोच असे नाही. शिवाय सर्व गोष्टींसाठी हे विद्यार्थी तयार असतात, त्यांना शिकवलेले परीक्षा घेऊन तपासलेले असते असे होणे शक्य नसते. तरीही पुढे जेव्हा त्यांना नव्या नव्या बदलांना तोंड द्यावे लागते तेव्हा त्यांनी प्रतिसाद द्यावा, यश मिळवत पुढे जावे अशी अपेक्षा असते. जीवनात बदलामुळे येणाऱ्या नव्यानव्या आव्हानांपासून कुणाचीही सुटका होत नाही.

विद्यार्थी जीवनात त्यांनी शिक्षणाच्या चार मूलभूत स्रोतांकडे विशेष लक्ष द्यायची गरज आहे. त्याच वयात विटेवर वीट ठेवून त्यांनी मजबूत पाया घालून घेतला तर पुढे यशाची इमारत बांधताना त्यांना नेहमीच आधार मिळेल. प्रथम म्हणजे वाचनालयात जाऊन पुस्तके वाचायची सवय लावून घ्यायला हवी. आपण जे काही करतो त्यातील अनेक बारकावे, त्याचे सखोल ज्ञान या पुस्तकांतून आपल्याला मिळू शकते. पुढे सतत शिकत राहायचा, स्वयंशिक्षणाचा मार्ग, ही सवय लावून घेतली तर सुकर होतो. आपल्याला नेमून दिलेल्या अभ्यासक्रमाबाहेर जाऊन विद्यार्थीवयात वाचायची सवय लावून घ्या. त्यामुळे वाजवीपेक्षा अधिक तयारी होते.

दुसरी महत्त्वाची गोष्ट म्हणजे 'खेळ'. पुस्तके तुम्हाला पुस्तकी ज्ञान देतात तर मैदानावर वा जिमखान्यात जाऊन खेळणे तुम्हाला प्रत्यक्ष बाहेरचे अनुभव देतात. फक्त पुस्तकातील ज्ञान प्रत्यक्ष आयुष्यात पुरेसे होत नाही. खेळांमध्ये भाग घेऊन प्रत्यक्ष अनुभवाची जोड त्याला द्यायला हवी. खेळ तुम्हाला उत्तम प्रकृती, निकोप स्पर्धा, डावपेच न करता खेळावे कसे, मनावर सकारात्मक ताण घेऊन काम कसे करावे, धोका कसा पत्करावा, आणि योग्य मैत्री कशी रुजवावी अशा अनेक गोष्टी शिकवते. त्यापेक्षा महत्त्वाचे म्हणजे खेळ तुम्हाला शिस्त शिकवतो. टीमवर्कमध्ये एक घटक म्हणून जबाबदारीने कसे काम करावे हे शिकवतो.

तिसरी महत्त्वाची बाब म्हणजे एनसीसी. त्यामध्ये आपण दुसऱ्याची सेवा करायचे शिकतो. एनसीसी आपल्याला नेतृत्व आणि देशभक्ती शिकवते, आपल्याला योग्य आज्ञा द्यायला आणि पाळायला शिकवते, एकत्रित कामाचे संस्कार देते. एनसीसी आणि सामाजिक उपक्रम यांतील सहभाग मिळून तरुण विद्यार्थ्यांना जन्मभर नागरिकाच्या आतल्या सैनिकाला जागृत ठेवतो. रोजच्या आयुष्यात अन्यायाविरुद्ध जो लढाऊपणा लागतो त्याचा संस्कार एनसीसीमुळे मिळतो.

चौथा आयुष्यभराचा संस्कार कॉलेजात असताना मुलांनी आपल्यात रुजवावा तो म्हणजे आपली आध्यात्मिकता. माणसाचा जसा बुद्धीचा गुणांक असतो, भावनिक गुणांक असतो तसा आध्यात्मिक गुणांक असतो. त्याला स्पिरिच्युअल कोशंट म्हणजे एसक्यू असे म्हणतात. त्यामध्ये रोज स्वयंपरीक्षण करायची सवय रुजवून घ्यावी, स्वतःच्या चुका स्वतःच शोधून त्या दुरुस्त कराव्या, आपण योग्य मार्गावर आहोत ना याचा स्वतःच शोध घ्यावा इत्यादी संकल्पना अंतर्भूत आहेत.

आज विद्यार्थी फक्त बुद्ध्यांकाच्या (आयक्यू) मागे असतात. घोकंपट्टी करून दिलेला अभ्यासक्रम पेपरात उतरवायचा हेच एकमेव महत्त्वाचे मानले जाते. एसक्यूमुळे तुम्ही जे ज्ञान घेतले आहे ते तुमच्यामध्ये कितपत खोलवर रुजले आहे, त्यापासून तुम्ही नेमका काय बोध घेतलाय याची जाणीव विद्यार्थ्यांना होते. एसक्यूमुळे माणसाची चांगले आणि वाईट पारखायची क्षमता विकसित होते आणि विद्यार्थीवयात ही क्षमता विकसित झाली की हळूहळू त्याची सवय होते अन् पुढे आयुष्यभर उपयोगी पडते.

एकदा का हे चार भक्कम खांब विद्यार्थीवयात बांधले गेले की पुढे आयुष्यभर ते मजबूत आधार पुरवतात. वाचन, खेळ, एनसीसी आणि एसक्यू हे चार पैलू विद्यार्थ्याला अष्टपैलू चौफेर व्यक्तिमत्त्वाचे असे विकसित करतात. पुढे जीवनात कोणत्याही संकटात न डगमगता पाय रोवून उभे राहण्यासाठी शक्ती पुरवतात. विद्यार्थीदशा संपवून प्रत्यक्ष जीवनाच्या संग्रामात पूर्ण तयारीनिशी उतरणारे असे विद्यार्थी आपल्या आयुष्यात समर्पित भावनेने ज्या क्षेत्रात काम करतात तिथे आदर, मानसन्मान मिळवतात. आपल्या कार्याचा ठसा उमटवतात.

असे तरुण निर्माण करण्यासाठी, त्यांच्या व्यक्तिमत्त्वाच्या चौफेर विकासासाठी आजच्या मुलांना दूरदृष्टीच्या पालकांची, सद्भावनेने प्रेरित शिक्षकांची आणि कार्यक्षम प्रशासकांची गरज आहे.

वर्तमान आणि भविष्यकाळ अशा अष्टपैलू विद्यार्थ्यांचा आहे यात काहीच संदेह नाही.

११

दुहेरी मूल्यमापन

मला एका खास विषयावरच्या कार्यशाळेच्या उद्घाटनाला निमंत्रित केले होते. दिल्ली विद्यापीठाचे स्त्रीविकास केंद्र आणि झाकिर हुसेन कॉलेज यांच्या संयुक्त विद्यमाने ही कार्यशाळा आयोजित केलेली होती. विषय होता लिंगाधारित रूढीबद्धता तोडणे (ब्रेकिंग जेंडर स्टिरिओटाईप). म्हणजे स्त्री आणि पुरुष यांच्यामध्ये कामाच्या संदर्भांत फरक करणाऱ्या ज्या ज्या रूढी, पद्धती आहेत त्यांच्या मुळावर घाव घालून त्या तोडण्यासाठी काय करावे यावर या कार्यशाळेत विचारमंथन, चर्चा व्हावी अशी अपेक्षा होती. अनेक जणांचा– समाजशास्त्राचे प्रसिद्ध अभ्यासक, संशोधक, लेखक, सल्लागार, प्राध्यापक, संशोधन करणारे विद्यार्थी आणि समाजशास्त्र हा विषय शिकणारे विद्यार्थी यांचा कार्यशाळेत समावेश होता.

माझ्या उद्घाटनाच्या भाषणात मी काही रूढींचा उल्लेख केला की ज्यांगुळे आपण नकळत स्त्री-पुरुष भेदाला उत्तेजन देतो. आपल्याला जर खऱ्या अर्थाने स्त्री-पुरुष समता आणून समाजाची सर्वांगीण प्रगती साधायची असेल तर अशा रूढींना बळकट करणारे काहीही आपल्या हातून घडता कामा नये. इतकेच नव्हे तर अशा पद्धतीचे समाजातून समूळ उच्चाटन व्हावे यासाठी जाणीवपूर्वक प्रयत्न व्हायला हवेत.

आज टेलिव्हिजन हे एक प्रभावी माध्यम देशाच्या कानाकोपऱ्यांत, घराघरांत पोहोचलेले आहे. त्यावरील जाहिरातींमधून काही चुकीचे संदेश समाजात परत परत पोहोचवले जात आहेत. त्यातून स्त्री-पुरुष भेदांचे नकळत उदात्तीकरण होते आहे. मी त्यांना युनिट ट्रस्ट ऑफ इंडिया आणि भारतीय आयुर्विमा यांच्या जाहिरातींचे उदारहण दिले. या जाहिराती रोज अनेक वेळा प्रत्येक घरातील व्यक्तींकडून पाहिल्या जातात. त्यांमधून आपण आपली बचत कशासाठी करावी याबद्दल चुकीचा संदेश दिला जातो. दोन्ही जाहिराती स्पष्टपणे असे सूचित करतात की 'मुलीचे लग्न आणि

मुलाचे शिक्षण निर्वेधपणे पार पडावे म्हणून बचत करा.'

पुन:पुन्हा दर्शकाच्या मनावर हे ठसवले जाते आहे की मुलांसाठी शिक्षण ही पहिली प्राथमिकता आहे आणि मुलींसाठी लग्न. त्यामुळे मुलांना शिक्षण देऊन स्वत:च्या म्हातारपणासाठी सुरक्षित तरतूद करा म्हणजे मुलांना शिक्षण देणे ही गुंतवणूक आहे तर मुलीच्या लग्नासाठी तरतूद करा म्हणजे मुली हा खर्च आहे. मुलाच्या लग्नासाठी खर्च करावा लागत नाही, मुलीच्या लग्नासाठी खर्च करावा लागतो हेही यातून सूचित होते.

हे जरी समाजातील कठोर वास्तव असले तरी त्याची जाहिरातींतून भलावण कशासाठी व्हावी? त्यात बदल व्हायला नको का? लग्न या सामाजिक वास्तवाकडे पाहायची दृष्टी बदलेल असे चित्र उभे राहायला हवे आहे याबदल दुमत नसावे. हे कसे करता येईल? या दोन्ही जाहिरातींतून असा संदेश जावा की मुलांच्या शिक्षणासाठी तरतूद करण्यासाठी बचत करा. तसेच मुलाच्या वा मुलीच्या लग्नकार्यासाठी पैशाची गरज लागू शकेल, त्यासाठी बचत करा. इथे 'मुलांच्या' या शब्दामध्ये मुलगा व मुलगी दोन्ही अभिप्रेत आहेत.

लिंगाधारित रूढीग्रस्तता अनेक ठिकाणी नकळत बळकट केली जाते. आपल्या धार्मिक समारंभांतून तसेच कॉलेजच्या विविध महोत्सवांतून हा फरक स्पष्टपणे अधोरेखित केला जातो. अनेक युवा महोत्सवांमध्ये फॅशन शो आयोजित केला जातो. त्यामध्ये मुली सुरेख पोशाख करून व्यासपीठावर लचकत मुरडत फेऱ्या मारतात आणि प्रेक्षकांतील मुले शिट्ट्या वाजवून आरडाओरडा करत त्यांना प्रोत्साहन देतात. कॉलेजच्या महोत्सवात याची काय गरज आहे हेच मला समजत नाही. त्यापेक्षा मुलींनी इतर सर्जनात्मक कामात स्वत:ला गुंतवून घ्यावे. समूहगान, वक्तृत्व, नाटके, प्रश्नमंजूषा इ. अनेक प्रकारच्या स्पर्धा असतात, जिथे त्या मुलांच्या बरोबरीने आपली गुणवत्ता सिद्ध करू शकतात. आपले व्यक्तिमत्त्व चौफेर विकसित करू शकतील अशा अनेक उपक्रमांत त्यांनी भाग घ्यावा. आपण कसे दिसतो आणि कसे चालतो यांवर त्या वयापासून लक्ष देण्यापेक्षा आपल्यामध्ये इतर गुण कसे विकसित होतील यावर त्यांनी भर द्यावा.

तसेच अनेक धार्मिक सणसमारंभात स्त्री-पुरुष भेदावर भर देणाऱ्या चालीरीती वर्षानुवर्षे पाळल्या जातात. हिंदू धर्मात सर्व व्रतवैकल्ये स्त्रियांनी पाळावीत अशी आहेत. तिने वटपौर्णिमेला वा करवा चौथला नवऱ्याला आरोग्य, दीर्घायुष्य लाभू दे म्हणून उपवास करायचा. एकही व्रत असे नाही की ज्यामध्ये पुरुष आपल्या पत्नीसाठी उपवास करतो. दोघांनी एकमेकांच्या आरोग्यासाठी करवा चौथ वा वटपौर्णिमा करायला काय हरकत आहे? त्यामुळे स्त्रीला सन्मान मिळेल आणि त्याहीपेक्षा तिचा आदर केल्याचे समाजाला दिसून येईल.

अजूनही कित्येक ठिकाणी पडदा वा बुरखा वापरला जातो. स्त्रीने सूर्यही उघड्या नजरेने पाहू नये ही रीत कुणी शोधली? तिच्या आयुष्यातील प्रकाश झाकोळणे कुठल्या धर्मात बसते? आपणच या प्रथांचे उदात्तीकरण करतो आहोत. स्त्री-पुरुषांनी बनलेल्या समाजानेच या रूढी स्त्रियांवर लादलेल्या आहेत

आणि स्त्री-पुरुषांमधील भेद वाढवणाऱ्या अशा अनेक चालीरीतींसमोर स्त्रिया तडजोड करत मान तुकवत आहेत. आजवर कुणीही एकत्र येऊन या प्रथांविरुद्ध शब्द काढलेला नाही. त्यांच्या विरुद्ध जाऊन कृती करणे फारच दूर. कोणतीही विद्यार्थी संघटना वा धार्मिक गट शतकानुशतके चालत आलेल्या स्त्री-पुरुष रूढीबद्धतेविरुद्ध कृती करायला धजावत नाही.

स्त्रीचे लग्न झाले की तिच्या सौभाग्याच्या म्हणून असलेल्या ठळक खुणा तिच्यावर लगेच दिसू लागतात. ती आपल्या भांगात सिंदूर भरते, हातांत लाल वा हिरवी कांकणे घालते आणि गळ्यात काळ्या मण्यांचे मंगळसूत्र बांधते. पण पुरुषांसाठी लग्न झाल्याची अशी कोणतीही खूण धर्माने ठरवलेली नाही. आणि एखादी खूण ठरवलीच तर पुरुष ती पाळणार नाहीत. संस्कारांची सर्व बंधने स्त्रियांनीच पाळावीत हे कितपत योग्य आहे? स्त्रियांनी सहजपणे, किंचितही विरोध न करता ही बंधने स्वीकारावीत अशी समाजाची अपेक्षा असते आणि त्याही ती पुरी करतात.

समाजामध्ये बदल घडण्यासाठी आधी बदलाची मानसिकता निर्माण व्हायला हवी. समाजातील सर्व घटकांना हे बदल व्हायला हवेत, लवकर व्हायला हवेत असे तीव्रतेने वाटले तरच असे बदल होऊ शकतात. नाही तर स्त्री-पुरुषांमधील भेद ठळक करणारे आचारविचार असेच चालू राहतात. आपणच त्याला हातभार लावतो. आपल्या मुलींना स्वतःची क्षमता, स्वतःची कुवत पूर्णांशाने कधी कळूनच येत नाही. आपण मुलींना जेव्हा असे शिकवून त्यांचे लग्न करून देऊ तेव्हा सासरच्या घरात एक सुजाण तरुणी जाईल आणि जेव्हा आपण मुलाचे लग्न करू तेव्हा तशीच एक सुशिक्षित मुलगी आपल्या घरात येईल.

जे आपल्याला आपल्या घरात यावेसे वाटते ते आपण आधी दुसऱ्या घरात द्यायला हवे, हे आपण जितक्या लवकर समजू शकू तितक्या लवकर स्त्री-पुरुष भेद उत्पन्न करणाऱ्या रूढी आपण बदलू शकू. आपल्या घरात वर्षानुवर्षे चालत आलेल्या अनिष्ट रूढी याच पद्धतीने बदलता येतात. प्रत्येक घराने हा विचार रुजवला, अमलात आणला तर समाज बदलायला वेळ लागणार नाही कारण शेवटी समाज म्हणजे तुम्ही-आम्हीच आहोत. प्रत्येक व्यक्ती जेव्हा विचार करते आणि बदलते

तेव्हाच समाज बदलतो. पण प्रत्यक्षात आपण सर्व जण स्त्री-पुरुषाच्या वागण्यासाठी दुहेरी मूल्यव्यवस्था वापरतो. दुटप्पी वागणे हा समाजाचा स्थायी भाव बनला आहे. त्याची फळे आपल्यालाच भोगावी लागत आहेत. दुसऱ्याच्या माथ्यावर याचे खापर फोडणे चुकीचे आहे कारण खरे अपराधी आपणच आहोत.

२०

दिवेलागणीपूर्वी घरी परतायला हवे

साठच्या दशकात आम्ही मुली जेव्हा वयात येत होतो, मोठ्या होत होतो तेव्हा घरातून सक्त सूचना मिळायची. दिवस मावळण्यापूर्वी, दिवेलागणीपूर्वी घरी परतायला हवे. जेव्हा आम्हाला घरी परतायला उशीर होत असे तेव्हा घरी सुरक्षित परतण्यासाठी विशेष काळजी घ्यावी लागत असे. मला चांगले आठवते, अनेकदा असा वेळ झाला की पाळतीवर असलेल्या गुंडप्रवृत्तीच्या पुरुषांशी या ना त्या प्रकारे आम्हाला सामना करावा लागे. ते रस्त्यावर फिरत असत, गल्लीबोळांतून मोक्याच्या जागी टेहळत असत, स्कूटर, गाड्या वा सायकलवरून भटकत असत. त्यात तरुण असत आणि मध्यमवयीनही असत. अशा लोकांच्या विकृत संधिसाधू वागणुकीमुळे आम्हाला जागरूक राहायचे, स्वत:चे रक्षण करायचे, चटकन निर्णय घेऊन प्रतिक्रिया द्यायचे धडे मिळत. आपला बचाव आपण हुशारीने कसा करावा हे आपोआप रागजत असे.

माझ्या बहिणी, मैत्रिणी आणि मी अशा वातावरणात स्वयंप्रशिक्षण घेत मुलगी या टप्प्यापासून तरुणी या टप्प्यापर्यंत पोहोचलो. आम्हाला निसर्गाने दिलेल्या स्त्रीत्वाच्या मर्यादा आणि बलस्थाने आपल्याआपण उमजत गेली. आजूबाजूला असलेल्या उपाशी पुरुषी स्पर्शापासून, नजरेपासून स्वत:चे रक्षण करायला शिकलो. एकदा आपले स्त्री म्हणून असलेले स्थान आणि पुरुषाची अधाशी, संधिसाधू प्रवृत्ती कळली की आपल्याला स्त्री म्हणून समोर दोनच पर्याय उपलब्ध असतात. एक म्हणजे या वास्तवाला शरण जाऊन स्वत:वर बंधने घालणे आणि स्त्री म्हणून, व्यक्ती म्हणून स्वत:चा विकास खुंटवणे आणि दुसरा म्हणजे हे वास्तव स्वीकारून आपला मार्ग आपणच लढत, समोर येईल ती आव्हाने स्वीकारून त्यावर मात करत स्वातंत्र्याच्या, विकासाच्या वाटेवर चालत राहणे.

आणि नेमका हाच सल्ला मला तुम्हाला या लेखाद्वारे द्यायचा आहे. अशा विकृत पुरुषी मनोवृत्तीशी लढण्यासाठी एक महत्त्वाचा रस्ता आहे. तो म्हणजे आत्मविश्वासाने,

स्वत:वरच अवलंबून राहत, स्वसंरक्षण करणे आणि दुसरा म्हणजे निर्भयपणे यासाठी पोलिसांची मदत घेणे. पोलिसांसाठीही मला काही सूचना करावयाच्या आहेत. स्त्रियांना आपल्या वसाहतीत, रस्त्यावरती सुरक्षित वावरण्यासाठी काही नेमकी पावले उचलून ते हे साध्य करू शकतात.

प्रथम माझ्यासारख्या स्त्रीजातीत जन्मलेल्यांसाठी माझा अनुभव काय सांगतो ते सांगते.

रस्त्यावरती, गल्लीबोळांतून आणि सार्वजनिक जागी अनेक चांगले जबाबदार नागरिक आपापले व्यवहार गांभीर्याने आणि कर्तव्यदक्षतेने आटपत असतात. त्याचप्रमाणे तिथे अनेक शारीरिक आणि मानसिक उपासमारीने पछाडलेले लोकही निरुद्देश फिरत असतात. त्यांना स्त्री दिसली की तिची छेड काढणे वा विकृत चाळे करणे याशिवाय दुसरा उद्योग नसतो. हे वास्तव प्रथम स्त्रियांनी स्वीकारायला हवे.

कोणत्याही घटनेला प्रतिबंध करणे अधिक समंजसपणाचे असते. म्हणून आपल्याला स्त्री म्हणून कुणी सतावेल, आपल्या कमकुवतपणाचा, एकटेपणाचा फायदा घेईल अशी परिस्थिती शक्यतो टाळायचा प्रयत्न करा. छेडछाडीला निमंत्रण मिळेल असे काही करू नये. त्यासाठी आपल्या हृदयापेक्षा बुद्धी काय सांगते ते जास्त ऐकत चला. जेव्हा इलाज नसतो तेव्हा दक्ष राहून तुम्ही प्रतिकूल परिस्थितीतून हुशारीने मार्ग काढू शकता. आपण धैर्याने आणि आत्मविश्वासाने वागलो तर अधिक श्रेयस्कर ठरते. घाबरलो आहोत किंवा मदतीची गरज आहे असे आपण आपल्या हालचालीने दर्शवले की समोरच्याला अधिक चेव येतो अन् तुम्ही सहज त्याला बळी पडू शकता.

शरीराने आणि हालचालीने तंदुरुस्त राहून तुम्ही आपली शरीरक्षमता बळकट करा. विद्यार्थिनींनी खेळ, एनसीसी, एनएसएस, धावणे यांसारख्या कृतींमध्ये भाग घ्यावा. अलीकडे मुलींसाठी ज्युडो, कराटे यांसारखे स्वसंरक्षणाचे मार्ग शिकवणारे खेळ विशेषत्वाने शिकवले जातात. त्याचाही लाभ घेता येतो. शाळा-कॉलेजांतून, विद्यापीठांतून, वेगवेगळ्या संस्थांतून, वस्त्यांतून अशा तंत्रांच्या शिक्षणाची सोय व्हावी. आणि फक्त तरुणच नाही तर सर्वच वयोगटांतील स्त्री-पुरुषांनी आपल्या शारीरिक तंदुरुस्तीबद्दल जागरूक राहायला हवे.

पोलिसांसाठी, माझ्या व्यवसाय बंधुभगिनींसाठी मला काही सूचना करावयाशा वाटतात.

पोलीस खात्यात सामाजिक जाणिवा निर्माण होण्यासाठी ठरावीक काळाने त्यांना पुन:पुन्हा प्रशिक्षण द्यायची गरज आहे. काही मूल्ये त्यांच्या मनावर, हृदयावर परत परत ठसवून, घोटून घेतली तर ते आपली कर्तव्ये अधिक सजगपणे बजावू शकतात. पोलीस खात्यातील, सर्व शाखांतील स्त्रिया आणि पुरुषांसाठी असे सतत

प्रशिक्षण गरजेचे आहे. त्यांना एकत्रितपणे शिकवण दिली तर अधिक चांगले होईल.

प्रत्यक्ष रस्त्यावर ड्युटी असणारे पोलीस अधिकारी आणि त्या त्या भागातील लोक यांच्याशी संवाद साधून तिथे काय काय चालते हे वरिष्ठ अधिकाऱ्याने नेहमी समजून घेत राहिले पाहिजे. त्यामुळे रोजच्या रोज कोणत्या ठिकाणी काय काम निघेल याचा अंदाज

वरिष्ठ अधिकाऱ्याला आधीच येऊ शकतो. नेमके मनुष्यबळ वापरून जास्तीत जास्त काम होण्यासाठी या माहितीचा उपयोग करता येतो. कागदोपत्री उपलब्ध असलेल्या आकडेवारीपेक्षा अशी प्रत्यक्ष मिळालेली तोंडी माहिती अधिक उपयुक्त ठरते.

अशी प्रत्यक्ष वस्तुस्थितीवर आधारित कारवाई केल्यास ती नक्कीच परिणामकारक ठरेल. निरीक्षण, संवाद, आपला अनुभव, बुद्धी आणि परत परत केलेली पडताळणी यासाठी अधिक उपयोगी ठरेल. उदाहरण द्यायचे झाले तर असे छेडछाडीचे प्रकार नेमके कुठे होतात, कसे होतात याची माहिती त्या भागात नोकरीसाठी नियमित घराबाहेर पडणाऱ्या स्त्रिया देऊ शकतात. विशेषत: ज्या रात्रपाळीत काम करतात, कामावर येण्याजाण्यापूर्वी बस, रिक्षा, टॅक्सी वा स्वत:चे वाहन वापरतात, त्यांच्याशी संपर्क साधला तर त्यांच्याशी रस्त्यावर कुठे, केव्हा कसे गैरव्यवहार होतात हे त्या सांगू शकतात. मी एकदा सरकारी इस्पितळात काम करणाऱ्या परिचारिकांकडून अशी माहिती मिळवली आणि त्यांच्याकडे अनेक चमत्कारिक, सुरस गोष्टी मला ऐकायला मिळाल्या. त्यांनी सांगितले की कामावरून परतण्यासाठी त्या बसस्टॉपवर उभ्या असतात तेव्हा काही धंदा करणाऱ्या मुली तिथे गिऱ्हाईक हेरत असतात. आमच्यासारख्या स्त्रियांनाही तशाच समजून अनेकदा बीभत्स प्रश्न विचारले जातात वा चाळे केले जातात. तिथे गाड्या घेऊन घिरट्या घालत फिरणारे पुरुष सतावत राहतात. जवळपास पोलीसही नसतो. त्यामुळे तक्रार तरी कुणाकडे करणार. अशा गिऱ्हाइकांना आणि अशा कॉलगर्लचा व्यवसाय करणाऱ्या स्त्रियांना पोलिसांची भीतीच वाटत नसावी.

योग्य पावले उचलली तर अशा गैरव्यवहारांना आळा घालता येईल असे मला वाटते. साध्या नागरी पोशाखातील स्त्री-पोलीस अशा जागी उभ्या राहिल्या तर अशा लंपट आणि बुभुक्षित पुरुषांना प्रत्यक्ष कृत्य करताना पकडता येईल. हे नियमित आणि शहराच्या सर्व विभागांत करत राहिले तर आपण पकडले जाऊ अशी जरब या सडकमजनूंना बसेल आणि असे गैरप्रकार कमी होतील. संध्याकाळी वा रात्रीच्या वेळी बसमधून प्रवास करून वा बसेस अडवून त्यांची तपासणी केली तर दारू पिऊन स्त्रियांच्या अंगचटी जाणारे, धक्का मारणारे आणि वेडेवाकडे, अचकट विचकट

चाळे करणारे मवाली गुंड पकडता येतील. बसच्या चालकाला आणि वाहकाला केव्हाही बस तपासली जाईल याची कल्पना आली की नियमित प्रवास करणाऱ्या उताऱूंनाही समजेल. सूर्यास्तानंतर बसमध्ये आपले चाळे चालणार नाहीत हे गुंड प्रवृत्तीच्या लोकांना समजून चुकेल आणि जरब बसेल.

ही उदाहरणे वानगीदाखल दिलेली आहेत. अशा तऱ्हेने अनेक उपाय रोजच्या रोज अवलंबता येतील. आणि पोलीस सहकार्य करत आहेत हे समजले तर अनेक स्त्रिया माहिती देण्यासाठी पुढे येतील. त्या त्या ठिकाणची परिस्थिती नीट अभ्यासून आपल्या अनुभवाचा वापर करून पोलीस अधिकारी आपल्या उपाययोजनांची दिशा ठरवून, बदलून असे प्रकार थांबवू शकतील.

आजच्या काळाची गरज अशा तयारीनिशी केलेल्या प्रतिबंधक उपायांची आहे. प्रत्येकाने आणि एकत्र मिळून हे कार्य आपल्या पोलीसकार्याचा अविभाज्य भाग बनवला पाहिजे. मग अगदी थोड्या वेळात परिस्थितीवर काबू मिळवता येईल असा मला विश्वास वाटतो. मग वर्तमानपत्रांतील बातम्यांचे मथळे बदलतील. 'पुरुषांनी केलेल्या गैरवर्तणुकीला स्त्रियांनी दिलेले चोख उत्तर' असे मथळे झळकतील. मग स्त्रीला एकटी-दुकटी गाठून, काळोख पडल्यावर हुंगत राहून गैरवर्तन करणाऱ्या पुरुषांना समजेल की त्यांचे चाळे यापुढे चालणार नाहीत. प्रत्येक साध्या वेशातील स्त्री त्यांना पोलीस वाटेल. आणि फक्त स्त्री-पोलीस कशाला, पुरुष पोलिसांनीही साध्या पोशाखात नाक्यानाक्यावर उभे राहून टेहळणी केली आणि प्रेरित होऊन, मनाशी ठाम ठरवून हे गैरव्यवहार थांबवायचे ठरवले तर त्यात काय अशक्य आहे? स्त्रियांनी आत्मभान जोपासून सबल व्हावे. शरीर आणि मनाने अशा वर्तणुकीचा प्रतिकार करावा आणि पोलिसांनी आपले उपाय योजून अशा गुंडांना जरब बसवावी. या दोघांचा एकत्रित परिणाम जबर असेल. स्त्रियांना रस्त्यावरून मोकळेपणी फिरता येईल आणि रस्ते सुरक्षित होतील. आपल्या कुवतीचा कमाल क्षमतेने वापर करण्याइतक्या स्त्रिया निर्भय झाल्या तर त्या समाजाचे, त्या शहराचे रूपच पालटू शकतात.

वर सांगितले तसे १९६०च्या दशकात आमच्या आया आम्हाला सूर्यास्तापूर्वी घरी परतायची शिस्त लावत होत्या. आज शहराशहरांत अशी परिस्थिती आहे, की २००३ सालीही आयांना वयात आलेल्या मुलींना दिवेलागणीच्या आत परत घरात यायला हवे असेच सांगावे लागते.

नव्या पिढीची पहाट

मुलींच्या एनसीसी विभागाचा राष्ट्रीय एकात्मता कँप आयोजित केला होता आणि मला व्याख्यान देण्यासाठी निमंत्रण आले होते. त्याच वेळी दिल्लीमध्ये अनेक मुलींवर बलात्कार केल्याच्या, हल्ले केल्याच्या बातम्यांचे पेव फुटले होते. मुंबई आणि इतर अनेक ठिकाणी स्त्रियांवर अत्याचार होतात, त्यांमध्ये अचानक वाढ झाल्याचे निदर्शनास आले होते. माझ्या मनामध्ये या घटनांनी अस्वस्थता निर्माण झाली होती. मुलींसमोर मी त्याच मानसिक अवस्थेत असताना भाषण केले.

''तुम्ही मुली इतरांपेक्षा आधीच वेगळ्या आहात. आयुष्यभर तुम्ही हे लक्षात ठेवा. आज तुम्ही पँट आणि शर्ट किंवा धावण्याचा पोशाख घातलेला आहे. हा पोशाख परंपरेनुसार पुरुषांचा आहे. हा पोशाख घालून तुम्ही काही पुरुषी गुण तुमच्या अंगी बाणवत आहात. शौर्य, सहनशीलता, धैर्य, जबाबदारी, संरक्षण, आर्थिक स्वावलंबन हे उत्तम पुरुषार्थाचे गुण तुमच्यामध्ये या वेशभूषेबरोबर यावेत अशी अपेक्षा आहे.

त्याचबरोबर तुम्ही एक स्त्री आहात. स्त्रीचे मूलभूत गुण तुमच्यामध्ये आधीच आहेत. या दुहेरी गुणधर्मांमुळे तुम्ही आणखी समर्थ, बलशाली आहात. स्त्रीचे खास गुण म्हणजे संयम, दया, कष्टकरी वृत्ती, देण्याची, सहकाराची, संवादाची, लोकांची काळजी घेण्याची वृत्ती तुमच्यापाशी आहे. इतरांप्रती संवेदनशीलता, दुसऱ्याच्या चांगल्या कृत्यांना शाबासकी देणे, त्यांच्या गुणांची दखल घेणे हेही तुमच्यामध्ये आहे.

तसे पाहायला गेले तर तुम्ही स्त्री आणि पुरुष यांच्यातील चांगल्या गुणांना आत्मसात करून दुहेरी प्रावीण्य मिळवलेले आहे. एकाच वेळी मेणाहून मऊ अन् वज्राहून कठोर होण्याची, बलवान तरीही संवेदनशील राहायची कुवत तुमच्यापाशी आहे. तुम्ही इतरांपासून वेगळ्या आहात कारण तुम्ही सबल, सुरक्षित तरीही इतरांच्या

भावना, गरजा समजून घेण्याइतक्या संवेदनशील आहात. तुम्ही प्रयत्नाने आत्मसात केलेले हे गुणविशेष कधीही विसरू नका. या विशेष गुणांमुळे तुमच्या नकळत तुमच्या विचारपद्धतीत, बोलण्यात, चालण्यात सावकाश बदल होत आहेत. तुम्हाला कदाचित हे बदल सावकाश होत असल्याने लक्षात येणार नाहीत पण इतरांना ते नक्कीच जाणवतील. कोणत्याही घटनेला तुम्ही आत्मविश्वासपूर्ण प्रतिक्रिया व्यक्त कराल.

"तुम्ही चटकन कुणालाही शरण जाणार नाही. तुम्हाला कुणी गृहीत धरू शकणार नाही. तुम्ही स्वत: ठरवल्याशिवाय कुणासमोर नमणार नाही. तुम्ही टीमवर्क कसे करावे, प्रत्येकाने एकेक भागाची जबाबदारी घेऊन पार पाडत मोठी कामे कशी साध्य करावी हे शिकत आहात. शिस्त, स्वयंनियोजन, कामाचे भाग पाडून ते नीट पार पाडण्याचे कौशल्य तुम्ही आता शिकत आहात. ती सदैव वापरत राहून लखलखीत ठेवा. वापरलीच नाहीत तर कौशल्येही गंजून जातात हे ध्यानात ठेवा. तुम्ही जे काम कराल त्यात पुढाकार घेऊन नेतृत्व करायची संधी वाया घालवू नका. तुम्ही जर खेड्यापाड्यांत राहात असाल तर निर्धाराने पुढे जाऊन ग्रामपंचायतीत सामील व्हा.

"तेहतीस टक्के जागा तुमच्यासाठी राखीव ठेवलेल्या आहेत, त्यांचा लाभ घ्या. तुम्ही कोणत्या राजकीय पक्षात राहून काम करता याला फार महत्त्व देऊ नका. पण जे काही कराल ते नीतिपूर्ण, समाजकल्याणाचे आणि विचारपूर्वक केलेले असेल याची खबरदारी घ्या. जर राजकीय पक्षांनी तुम्हाला योग्य साथ दिली नाही तर स्वतंत्र, अपक्ष राहून तुम्ही काम करू शकता. उत्तम काम हेच तुमचे ध्येय असायला हवे. त्यासाठी विरोधी शक्तींशी लढायचे बळ तुमच्यामध्ये असायला हवे.

"आज तळागाळापर्यंत पोहोचलेल्या समर्थ, नीतिपूर्ण नेतृत्वाची देशाला गरज आहे. तुम्ही जर शहरात राहात असाल तर नगरपालिकेच्या निवडणुकीत सामोरे जा. तुमच्या कॉलेजात, विद्यापीठात विद्यार्थ्यांचे नेतृत्व करा. त्यांच्या समस्या चळवळीच्या माध्यमातून सोडवताना नीतिमूल्यांची साथ सोडू नका. चळवळीला नैतिकतेचा पाया आणि चेहरा वेगळेच बळ देतो. योग्य त्या समस्यांच्या पाठीशी उभे राहून सामाजिक जबाबदारी पार पाडणे आणि हे करताना एनसीसीने तुम्हाला शिकवलेली नीतितत्त्वे, देशभक्ती, शिस्त पाळणे तुम्हाला यशाकडे घेऊन जाईल. एनसीसीमध्ये जाण्याचे शिक्षण असे सर्वस्पर्शी, जीवनभर उपयोगात आणायला हवे.

"तुम्हाला एनसीसीद्वारे शिक्षण देण्यासाठी सरकार खर्च करते. प्रत्यक्षात प्रत्येक तरुण मुलाला वा मुलीला असे शिक्षण मिळायला हवे. तुम्ही त्यासाठी खास निवडल्या गेलेल्या आहात हे लक्षात ठेवा. एनसीसी सक्तीची केल्याशिवाय शाळा-कॉलेजांतील मुलांना देशभक्तीचे, शिस्तीचे धडे मिळणे कठीण आहे असे माझे स्पष्ट

मत आहे. पण ते प्रत्यक्षात येणे शक्य नाही. तेव्हा तुमच्यावरील जबाबदारी आणखी वाढते कारण हे शिक्षण देण्यासाठी तुम्हाला खास निवडण्यात आलेले आहे.

"हे प्रशिक्षण घेऊन तुम्ही जेव्हा प्रत्यक्ष जीवनाच्या सागरात उतराल, तेव्हा तुमच्यासमोर तीन पर्याय आहेत. तुम्ही संरक्षण दलात जावे, पोलीस खात्यात सेवा करावी वा राजकारणात जाऊन राजकीय नेतृत्व करावे. तुमच्या शिक्षणाचा खरा आणि पुरेपूर उपयोग या क्षेत्रांत होईल. तुम्ही लग्न करून उत्तम माता बनाल. ही तुमची वैयक्तिक निवड झाली. पण कामाच्या संदर्भात वरील तीन ठिकाणी तुमच्या प्रशिक्षणाचा पुरेपूर उपयोग करून राजकीय वा सामाजिक जबाबदारी निभावणे हे तुमचे कर्तव्य आहे. तुम्ही ते निभावले नाही तर कोण निभावेल? देशाला सच्चरित्र, शिस्तप्रिय नेत्यांची, पोलिसांची वा सैनिकांची गरज मोठी आहे.

"तुम्ही सर्व एनसीसीच्या छात्रा आहात म्हणून तुम्हाला मी या तीन पर्यायांबद्दल सांगते आहे. याचा अर्थ असा नव्हे की इतर व्यवसाय वा नोकऱ्या मी कमी दर्जाच्या समजते. या तीन सेवांमध्ये आव्हानात्मक क्षणांना सतत सामोरे जावे लागते आणि एनसीसीत तुम्हाला कठोर परिश्रमाचे प्रशिक्षण दिले जाते. तेव्हा या सेवा तुमच्या व्यक्तिमत्त्वाला जास्त पूरक ठरतील हाच मुद्दा मला इथे ठसवायचा आहे. एकदा आव्हानात्मक नोकरीची सवय झाली की आयुष्यात कधीही तुम्ही कशाला न घाबरता सामोरे जाता. आलेल्या प्रत्येक समस्येला, संकटाला लीलया पार करू शकता.''

या मुलींना मी त्यांचे वेगळेपण परत परत सांगून इतरांपेक्षा तुमचे व्यक्तिमत्त्व जास्त समृद्ध आहे या मुद्द्यावर भर देत होते. त्यांने वैयक्तिक आयुष्यही इतर मुलींपेक्षा वेगळे असावे अशी कल्पना सुचवत होते. त्यांच्या लग्नामध्ये आईवडिलांना हुंडा देण्यासाठी त्यांनी स्वत: विरोध करावा. पुढे जीवनात जो जोडीदार येईल त्यानेही हे वेगळेपण स्वीकारावे आणि तुमच्यावर बंधने न घालता तुमच्या कौशल्याला पूर्ण वाव द्यायला हवा. तशी मागणी तुम्ही करायला हवी असेही सांगत होते. स्त्री आहे, अबला आहे म्हणून तुम्हाला जपण्यापेक्षा तुमच्या व्यक्तिमत्त्वाला शोभेल, साजेल असे काम त्याने करायला द्यायला हवे.

इतर स्त्रिया जसे लहानसहान गोष्टींसाठी पुरुषांवर अवलंबून राहतात तसे तुम्ही राहता कामा नये. कारण तुम्ही तुमच्या भावाइतक्याच समर्थ आहात. तुम्ही कुटुंबीयांना संरक्षण पुरवणाऱ्या, स्वतंत्र आहात. भावाप्रमाणे सासर-माहेरच्या कुटुंबांची जबाबदारी घेऊन तुम्ही ती निभावू शकता.

तेथील प्रमुख अधिकारी मेजर जनरल पी.के. सिंग यांना मी विचारले की, या छात्रांना त्यांनी स्वसंरक्षण कसे करावे हे शिकवले आहे का? त्यांनी नकार दिल्यावर

मी त्यांना हसत विनंती केली की त्यांना या कॅंपमध्ये स्वसंरक्षण कसे करावे हे चांगले शिकवल्याशिवाय जाऊ देऊ नका. गुंडांपासून त्यांना स्वतःचे संरक्षण करता आले पाहिजे. त्या जेव्हा या गणवेशात नसतील तेव्हा त्यांनी आत्मविश्वासाने आपली छेड काढणाऱ्या रस्त्यावरच्या मजनूला धडा शिकवायला हवा. इतकेच नव्हे तर त्यांच्यासमोर जेव्हा एखाद्या स्त्रीची छेड कुणी काढत असेल तर पुढे होऊन त्यांनी तिला मदतीचा हात द्यायला हवा. त्या गुंडाला प्रतिकार करायला तिला मदत करायला हवी.

त्यासाठी जर या कॅंपच्या खर्चात अशा शिक्षकासाठी तरतूद नसेल तर या मुलींकडून वर्गणी गोळा करून शिक्षकाची सोय करा. किंवा मुलींना स्वसंरक्षण तंत्र शिकवण्यासाठी शिक्षकाचा खर्च उचलायला प्रायोजक शोधा. एखादी सेवाभावी संस्था तुम्हाला नक्कीच मदत करेल. एनसीसीत शिकणाऱ्या मुलीही छेड काढत फिरणाऱ्या गुंडांना शरण जाणार असतील, त्यांना चार दणके देऊन धडा शिकवणार नसतील तर इतरांकडून तशी अपेक्षाच करायला नको. अशा गुंडांना आपले काळेनिळे झालेले तोंड घेऊन जायला तुरुंगच योग्य जागा ठरेल आणि सर्वांसमोर मुलींची छेड काढताना त्यांचा मार खावा लागला ही नामुष्की त्यांना सहन करावी लागेल. सर्वांसमोर असे अपमानित झाले की त्यांचे विकृत चाळे बंद होतील.

आपल्या देशाला आज अशा शूरवीर, उत्साही, देशभक्त, प्रशिक्षित मुलींची गरज आहे. शर्ट आणि पॅंट या गणवेशातील अशा मुली पाट्यांतून आणि समारंभांतून अर्धे शरीर उघडे टाकून मिरवणाऱ्या कचकड्याच्या बाहुल्यांपेक्षा शतपटींनी श्रेष्ठ आहेत. देशाला अशा शूरवीर मुलींची जरुरी आहे. सैनिकी वृत्ती अंगी बाणवणे ही आजच्या पिढीची गरज आहे. एनसीसीचे प्रशिक्षण, मुलींमध्ये अशी लढाऊ वृत्ती निर्माण करते. ''तुम्ही भारताच्या नव्या पिढीच्या उगवत्या आशा आहात.'' अशा शब्दांत त्यांचा सन्मान करून मी त्या मुलींचा निरोप घेतला.

२२

या देशात अजूनही मुलगी होणे शाप आहे

सन २००१च्या जनगणनेनुसार हे सिद्ध झाले आहे की अजूनही भारतीय जनमानसात मुलगा हवा ही इच्छा अधिक प्रभावी आहे. या बाबतीत मुलींपेक्षा मुलांना सतत झुकते माप दिले जाते. या जनगणनेतून एक गोष्ट प्रकर्षाने पुढे आली ती म्हणजे सात वर्षांखालील मुलांमुलींमध्ये, मुलींचे प्रमाण झपाट्याने कमी झालेले आहे. १९९१मध्ये १००० मुलांच्या मागे ९४० मुली होत्या आणि २००१मध्ये हेच प्रमाण १००० मुलांमागे ९२७ इतके घसरले आहे. १९९१ नंतर मुलींच्या जन्मदरात लक्षात येण्याइतकी घट झालेली आढळते. ही आकडेवारी आपल्या जनतेची मानसिकता जाणवून देते. खोलात गेले तर हृदयाचा थरकाप व्हावा अशा घटना यामागे आढळून येतात. या संदर्भात भारतातील समृद्ध म्हणवल्या जाणाऱ्या पंजाब राज्यातील दृश्य बोलके आहे.

राष्ट्रीय स्तरावर १००० पुरुषांमागे ९२७ स्त्रिया हे प्रमाण असल्याचे आकडेवारी सांगते, तर पंजाबमध्ये हे प्रमाण आणखी जास्त म्हणजे १००० पुरुषांमागे ७९३ स्त्रिया इतके असमान आहे. राष्ट्रीय प्रमाणापेक्षा १३४ मुली कमी हे प्रमाण भयावह आहे. देशातील कुटुंबव्यवस्था सर्वत्र सारखी असताना या १३४ मुली कुठे गायब झाल्या आहेत असा प्रश्न पडतो. फक्त पंजाबातच अचानक मुलींची संख्या इतकी कमी का झाली ही वस्तुस्थिती मनामध्ये संशय उत्पन्न करणारी आहे. भारतात जन्माआधी वा जन्मानंतर लगेच काहीतरी उपाय योजून मुलींना यमसदनी पाठवण्याचे पूर्वापार चालत आलेले प्रकार अजूनही चालू आहेत का? मुलगी जन्मल्यानंतर पहिल्या काही वर्षांत तिच्याकडे अजिबात लक्ष न देऊन तिला मृत्यूजवळ ढकलले जाते का? स्त्रिया अशिक्षित, गरीब असतात म्हणून असे घडते अशी कारणे यासाठी दिली जातात. पण पंजाबात मात्र ही कारणे लागू पडत नाहीत.

पंजाबमध्ये इतर राज्यांच्या तुलनेत साक्षरतेचे प्रमाण जास्त आहे. अगदी

केरळइतक्या २.६ टक्के अशिक्षित महिला असल्या तरी ३८.८ टक्के अशिक्षित महिलांचे प्रमाण कमीच म्हणावे लागेल. खरे म्हणजे इतर भागांच्या तुलनेत पंजाबमधील महिला श्रीमंत आहेत आणि तिथे टीव्हीचा पडदा खेड्यापाड्यांत, गावागावांत अधिक प्रमाणात पोहोचला आहे. टीव्हीवरून त्या ठिकाणी स्त्रियांच्या समस्यांबद्दलची जागरूकता, समानतेचा विचार पोहोचलेला आहे असे अनुमान काढायला हरकत नाही. तरीसुद्धा राष्ट्रीय प्रमाणापेक्षा १३४ मुली दरहजारी कमी का? कारण मुलींसाठी फार मोठ्या प्रमाणात पैसा खर्च करावा लागतो आणि आजही यात बदल झालेला नाही हे असू शकेल.

जनतेने या मुलींची किंमत चुकती केली नाही तर मुलींना आपल्या भविष्याच्या रूपात ही किंमत मोजावी लागते. हुंड्यासाठी मुलींना ठार मारणे वा छळणे हे सर्रास चालू आहे. आजही आपल्या देशात घराच्या चार भिंतींत हिंसाचाराचे थैमान चालू आहे. नॅशनल फॅमिली हेल्थ सर्व्हे या संस्थेने केलेल्या पाहणीनुसार असा हिंसाचार होतो आणि स्त्रिया त्याला बळी पडतात हे स्पष्ट सिद्ध केलेले आहे. या पाहणीमध्ये असे आढळते की अजूनही कुटुंबव्यवस्थेत स्त्रियांना दुय्यम गणले जाते आणि पन्नास टक्के कुटुंबात स्त्रियांना मारहाण होते. स्त्रियांनी हे निमूटपणे स्वीकारले आहे.

आजही ६८ टक्के महिलांना खरेदीसाठी बाजारात जाण्यापूर्वी घरच्यांची परवानगी घ्यावी लागते. ७६ टक्के स्त्रियांना आपल्या मैत्रिणीकडे वा नातेवाईकांकडे जाण्यासाठी पतीला विचारावे लागते. फक्त ६० टक्के स्त्रिया आपल्या मर्जीनुसार पैसे खर्च करू शकतात. एका अंदाजाप्रमाणे तर प्रत्येक पाच स्त्रियांपैकी एकीला वयाच्या पंधराव्या वर्षाआधीच घरगुती हिंसाचाराचा बळी व्हावे लागते. त्या पाहणीला सुरुवात झाली तेव्हा नवापैकी एका स्त्रीला त्याच बारा महिन्यांच्या अवधीत घरातील कुणाकडून तरी मार खावा लागलेले आढळून आले. यांतील बहुसंख्य महिलांना नवरा, सासू-सासरे यांनी मारले होते तर काहींना आपल्या मुलांकडून मार खायची नामुष्की सहन करावी लागली होती.

अजूनही भारतात घरात मुलगी जन्माला येणे ही दु:खाची बाब मानली जाते. मुलीचे शिक्षण, नंतर लग्नकार्य, सणसमारंभ आणि नंतर तिच्या मुलांच्या वा सासरच्या नात्यातील लग्नामध्ये आईवडिलांना भरपूर खर्च करावा लागतो, आहेर द्यावे लागतात. म्हणून मुलगी ही खर्चाची बाब समजली जाते. या सामाजिक रूढी परंपरांमुळे मुलीला सतत द्यावे लागते. जितके दिले जाते त्या प्रमाणात संबंधितांची लालसा वाढत जाते. म्हणून मुलींना नेहमी ओझे मानले जाते. आणि मुलींना सतत द्यावे लागते म्हणून कुरकुरणारे मातापिता जेव्हा तिच्या भावाच्या लग्नाची वेळ येते

तेव्हा घेणाऱ्याच्या भूमिकेत सहजपणे शिरतात. मग मात्र मुलींना द्यायलाच हवे असे म्हणणे त्यांना अजिबात जड जात नाही. कायदे करून या परिस्थितीत काही फरक पडेल असे वाटत नाही.

ज्या कारणांमुळे मुली ओझे वाटतात ती कारणे दूर करणे हा त्यावरचा प्रभावी उपाय आहे. मुलींना शिक्षण देणे, व्यावसायिक प्रशिक्षण देऊन पायावर उभे करणे, त्यांचा जीवनसाथी निवडताना काळजी घेणे, लग्नसमारंभातील अनावश्यक खर्च टाळणे, आपल्या मुलांवर पत्नीचे मालक न बनता मित्र बनायचे संस्कार करणे असे या समस्येवरचे उपाय आहेत. कुटुंबातच या प्रश्नांची उत्तरे शोधता येतात. मुलगी आणि सून यांना समान मानणे, मुलींना देणे आणि सुनेकडून घेणे हे टाळून सर्वच समाजाने ती स्त्री आहे याची जाण ठेवायला हवी. प्रत्येकाने असे प्रयत्न करायला हवेत कारण कुटुंबात जशा मुली असतात तसे मुलगेही असतात. मुलींची जात संपूर्ण गायब होण्यापूर्वी आपणच या सुधारणांना सुरुवात करायला हवी. यासाठी फार उशीर होऊन चालणार नाही.

२३

शिक्षणाने आत्मविश्वास, स्वतंत्र विचार द्यायला हवा

एकदा मी माझ्या 'चेतना' या सदरासाठी लेख लिहीत होते तेव्हा माझ्या हातात एक पत्र पडले. या पत्रामध्ये जो मजकूर होता तो आजच्या सुशिक्षित स्त्रीच्या उपयोगी पडेल असा मला वाटते. यामध्ये जी समस्या आहे त्यावर विचारपूर्वक निर्णय घ्यायला हवा. या पत्रातील मजकूर अशा समस्यांना तोंड देणाऱ्या स्त्रियांना मार्गदर्शक ठरावा. कारण मला आज अनेक सुशिक्षित स्त्रिया अशा प्रकारच्या समस्यांना तोंड देताना दिसतात. या पत्रातील स्त्रीचे नाव-गाव मी बदलले आहे कारण नावापेक्षा प्रश्नाच्या उत्तरावर सर्वांनी मिळून विचार करावा असे मला वाटते.

'माझे नाव सुषमा कपूर आहे. मॅडम, लग्न झाल्यानंतर मी एका विचित्र पेचप्रसंगात अडकलेली आहे. माझा जन्म एका व्यापारी कुटुंबात झाला. माझे वडील वारले आहेत आणि मला भाऊ नाही. लग्नापूर्वी माझे नाव सुषमा गुप्ता होते आणि ज्याच्याशी माझे लग्न झाले तो तरुण – दुष्यंत – पंजाबी कुटुंबातील होता. मी एम.बी.ए.ची पदवी घेतलेली आहे. मी नोकरी करत आहे.

लग्नापूर्वी मी आणि दुष्यंत एकाच संस्थेत काम करत होतो. आम्ही एकमेकांच्या प्रेमात पडलो आणि भटजी वगैरे कुणालाही न बोलावता एका देवळात जाऊन लग्न केले. लग्नाच्या वेळी दुष्यंतच्या नातेवाइकांपैकी फक्त एक भाऊ - अनुराग उपस्थित होता. त्याने आमच्या लग्नाचे काही फोटोही आमच्या कॅमेऱ्याने काढले होते. माझ्याकडे माझे लग्न दुष्यंतशी झाल्याचा कोणताही पुरावा नाही.

माझ्या सासरची माणसे मला अजिबात मदत करायला तयार नाहीत. ते सर्व आपल्या मुलाचीच बाजू घेतात. हुंडा म्हणून मी एक मोठी रक्कम घेऊन त्या घरात गेले तरच ते माझा सून म्हणून स्वीकार करतील असे त्यांनी मला ठणकावून बजावले आहे. माझ्या माहेरी कुणी तसे पैसे देणे शक्य नाही, कारण आमची परिस्थिती

श्रीमंतीची नाही. त्यांची हुंड्याची तृष्णा भागवणे आम्हाला शक्य नाही. माझा नवरा अमृतसरचा असून तो आता मला सोडून आपल्या गावी म्हणजे अमृतसरला परत गेला आहे. लग्नाच्या वेळी काढलेले फोटो माझ्या नवऱ्याकडेच आहेत. त्यामुळे माझ्याकडे कोणतीही कागदपत्रे नाहीत.

मॅडम, प्रत्यक्षात हे त्याने समजून उमजून केलेले नाटक होते हे मला आता समजले आहे. लग्नाच्या आधी मी दुष्यंतच्या प्रेमाने इतकी आंधळी झाले होते, की मला त्याचा कावा कळलाच नाही. त्यानेही गोड गोड बोलून, वागून मला जन्मभर सुखी ठेवायची वचने दिली होती. त्या वेळीच त्याला मला वडील आणि भाऊ असे पाठीशी उभे राहणारे कुणी नाही याची पूर्ण कल्पना होती. आता तो मला सोडून अमृतसरला परत गेला आहे.

मी अनुरागला पुन:पुन्हा विनंती केली की दुष्यंतला परत आणण्यासाठी मला मदत कर. मला आमच्या लग्नाचे फोटो तरी दे. पण अनुरागनेही मला फोटो द्यायला, मदत करायला साफ नकार दिला. त्या वेळी मला अनुरागने फार त्रास दिला, घाणेरड्या धमक्या दिल्या आणि दुष्यंतला विसरून जा असे स्पष्टपणे सुनावले. दुष्यंतला माझ्याशी लग्नच करायचे नव्हते, फक्त मजा मारायची होती म्हणून त्याने हे सगळे नाटक रचले असे अनुराग आता सांगतो. त्याने लग्न झाल्याचे सारे पुरावे नष्ट केले आहेत. म्हणजे मी त्याला कोणत्याही प्रकारे त्रास देऊ शकणार नाही.

मी अमृतसरला जाऊन माझ्या सासरच्या लोकांची मदत मागितली तेव्हा मला कळले की तेहा या नाटकात सामील आहेत. लग्नाच्या वेळी दुष्यंतने मला वचन दिले होते की लगेच तो आमच्या लग्नाची कोर्टात नोंदणी करेल. त्यासाठी त्याने गोड बोलून माझी पदवी प्रमाणपत्रे, सगळे पैसेही मागून घेतले. पण त्यांतले काहीन त्याने परत दिले नाही. मी पुन:पुन्हा त्याला आग्रह करत राहिले का आपण आपले लग्न सर्वांना सांगून सुखाने एकत्र राहू. पण आता तो सरळ कानांवर हात ठेवतो. त्याचा हेतू पूर्ण झालाय, आता त्याला माझ्यात काडीचाही रस उरलेला नाही असे त्याने मला स्पष्ट सुनावले. माझ्याशी खोटे लग्न करून त्याने माझे आर्थिक आणि शारीरिक शोषण केले आहे. दुष्यंतच्या अशा वागण्याने मी इतकी सैरभैर झाले आहे की प्रयत्न करूनही मी माझा भूतकाळ विसरू शकत नाही. माझी चूक झाली हे मी मान्य करते. इतकी शिकलेली असून, नोकरी करत असून मी माझ्या जीवनातील सर्वांत महत्त्वाचा आणि मोठा निर्णय घेताना भावनेच्या आहारी गेले आणि त्याचा नेमका फायदा दुष्यंतने घेतला.

दीदी, हे पत्र मी अत्यंत आशेने तुम्हाला लिहीत आहे. कारण मी जेव्हा आय.पी.एस.च्या परीक्षेचा अभ्यास करत होते तेव्हा तुम्हीच माझा आदर्श होता. पण दुर्दैवाने मी त्या परीक्षेत पास होऊ शकले नाही. दीदी, कृपया मला मदत करा. मी

तुम्हाला प्रत्यक्ष भेटायची इच्छा बाळगून आहे. मला माझ्या पतीला दाखवून द्यायचे आहे की मी भावुक जरूर आहे पण कमजोर नाही. त्याला असे वाटते आहे की माझ्या मदतीला कोणीही धावणार नाही. चार धक्के खाल्ले की मी शांत बसेन. पण एक मुलगी असूनही मी हिंमतीने माझ्या हक्कासाठी लढणार आहे. आपल्या व्यस्त कामातून तुम्ही थोडासा वेळ काढून माझ्या समस्येवर विचार केला, त्यातून मी कसे बाहेर पडावे याबाबत मार्गदर्शन केले तरी मी आपली फार फार आभारी होईन.'

सही – सुषमा कपूर.

हे पत्र मिळाल्यावर मी सुषमाला फोन केला आणि भेटायला बोलावले. गळ्यात मंगळसूत्र आणि भांगात सिंदूर भरून अगदी नव्याने लग्न झालेल्या नवरीसारखा शृंगार करून सुषमा मला भेटायला आली. मी तिचे सांत्वन केले आणि विचारले की तिचा आता पुढचा कोणता विचार आहे? तिने काय करायचे ठरवले आहे.

सुषमाने स्पष्ट उत्तर दिले की दुष्यंतला शिक्षा व्हावी आणि लग्नाचे सगळे फोटो तिला परत मिळावेत.

मी विचारले, "तुला असे का करावेसे वाटते आहे?"

तिचे उत्तर होते, "मी एक विवाहित स्त्री आहे आणि या कटू सत्यासोबत मला पुढचे आयुष्य घालवायचे आहे."

मी विचारले, "तुला कुणाबरोबर राहायचे आहे?"

त्यावर ती उत्तरली, "ज्या माणसाने माझे जीवन उद्‌ध्वस्त केले त्याच्या बरोबरच मला राहायचे आहे."

"तू तुझे पुढचे आयुष्य समजून उमजून नरकात का लोटते आहेस? तू एक शिकलेली, कमावती स्त्री आहेस. तुझे उभे आयुष्य तुझ्यासमोर उभे आहे मग त्याच दगाबाज माणसाच्या मागे आपले जीवन तू का बरबाद करू पाहतेस? तू त्याला त्याच्या नशिबात जे आहे ते भोगायला मुक्त कर आणि तुझे आयुष्य पुन्हा नव्याने जगायला सुरुवात कर. सुदैवाने तुला मूल वगैरे झालेले नाही. तुझी तू स्वतंत्र आहेस, स्वावलंबनाने तू तुझे जीवन व्यतीत करू शकतेस." या शब्दांत मी तिची समजूत घालायचा प्रयत्न केला पण हे सर्व ती समजून घ्यायलाच तयार नव्हती. तिला स्वातंत्र्य नको होते. आपणच एक तुरुंग निर्माण करून त्यात आपल्या चुकीचे प्रायश्चित्त भोगत जीवन जगायची शिक्षा तिला हवी होती.

अनेक वर्षे अभ्यास करून तिने व्यवस्थापनशास्त्राची एम.बी.ए. पदवी मिळवली होती पण तिला त्याचा आता

काहीच उपयोग होत नव्हता. त्या शिक्षणाने तिला पदवी जरूर दिली पण खऱ्या अर्थाने शिक्षित केले नव्हते. स्वातंत्र्याचा अर्थ आणि मूल्य तिला अजिबात उमगले नव्हते.

भारतात आज सुषमासारख्या अगणित सुशिक्षित स्त्रिया आपल्या नशिबाशी तडजोड करत आपल्या पतीच्या आणि सासरच्या लोकांच्या अत्याचाराला बळी पडत आहेत. अन्याय सहन करत आयुष्य घालवत आहेत.

शिक्षणाने स्त्रियांचे सबलीकरण होईल

लंडनमधील भारतीय स्त्रियांच्या संघटनेचा वार्षिकोत्सव होता आणि प्रमुख पाहुणी म्हणून मला निमंत्रित केलेले होते. उपस्थित स्त्रियांना मी व्याख्यान द्यायचे होते. श्रीमती विजयालक्ष्मी पंडित जेव्हा ब्रिटनमध्ये उच्चायुक्त पदावर काम करत होत्या तेव्हा त्यांनी ही संघटना स्थापन केली होती. ही संघटना आणि तिच्या सहयोगी संस्था भारतातील अन् ब्रिटनमधील स्त्रियांच्या प्रश्नांवर काम करतात. शिक्षण, आरोग्य, स्त्रियांचे अधिकार आणि तत्संबंधित बाबींवर भर दिला जातो. प्रसंगी आर्थिक मदत केली जाते आणि अनेक कार्यक्रम आयोजित करून याबाबत जागृती केली जाते. या वार्षिक बैठकीच्या वेळी मला अनेक गोष्टी समजल्या. या स्त्रिया रात्रीचे जेवण वा दुपारचे भोजन, मनोरंजनाचे कार्यक्रम वगैरे आयोजित करून संघटनेसाठी पैसा उभा करतात. वर्षभर संघटनेचे कोणते ना कोणते कार्यक्रम असतात. अशा तऱ्हेची समाजसेवा करण्यासाठी त्यांना मेहनत करावी लागते आणि वेळही द्यावा लागतो.

माझ्या व्याख्यानामध्ये माझ्या यशस्वितेच्या पाठीमागची कारणे सांगायचा मला विशेषत्वाने आग्रह करण्यात आला. मी माझ्या आजच्या जागी कशी पोहोचले? भारतीय पोलीस सेवेत जायचा माझा निर्णय का व कसा झाला? विशेषत: खास पुरुषी समजल्या जाणाऱ्या पोलीस सेवेत मी येणाऱ्या समस्यांवर स्त्री असून कशी मात केली आणि माझे स्वत:चे स्थान कसे निर्माण केले? याबद्दल त्यांना ऐकायचे होते. माझ्यासाठी हे काम मुळीच अवघड नव्हते.

मी त्यांना प्रथम माझ्या आईवडिलांनी मला वाढवताना किती उत्तम संस्कार दिले ते सांगितले. माझ्या आईला उत्तमोत्तम पुस्तके वाचायचा नाद होता तर वडील टेनिस या खेळाचे शौकिन हाते. या दोन्ही गुणांचा वारसा मला माझ्या रक्तातूनच मिळाला. पुस्तके वाचून ज्ञानसंपन्न व्हावे अन् खेळात जिंकण्यासाठी झुंजार वृत्ती अंगी बाणवावी हे संस्कार मिळाले. पिढ्यान्पिढ्यांपासून माझ्या कुटुंबामध्ये त्यागाची, समाजसेवेची

आणि आपल्याला मिळालेल्या वरदानाबद्दल कृतज्ञ राहायची भावना महत्त्वाची मानली गेलेली आहे. हे गुणही माझ्यामध्ये उपजत आलेले आहेत. माझ्या वडिलांच्या पेशावरिया कुटुंबाने उत्तर भारतात यात्रेकरूंसाठी धर्मशाळा बांधल्या आहेत आणि माझ्या आईच्या कुटुंबामध्ये कमीतकमी शंभर भुकेल्या, गरजू लोकांना अन्नदान केल्याशिवाय घरात कुणी जेवत नसत. आम्ही घरात चौघी बहिणी होतो. आम्हाला भाऊ नाही. जेव्हा हुंडा देणे ही एक रीत पाळली जाते तेव्हा घरात चार मुली वाढवणे किती कठीण, ताण उत्पन्न करणारी बाब आहे हे लक्षात येऊ शकते.

त्या वेळी हुंडा देणे कायद्यानेही अवैध नव्हते. त्यामुळे या प्रथेला कोणताच अंकुश लागत नव्हता. पण खरे सांगायचे तर माझ्या आईवडिलांनी आम्ही चारही मुली आहोत या गोष्टीचा अजिबात बाऊ वाटून घेतला नाही. आम्हाला त्यांनी मुलांपेक्षा निगुतीने वाढवले. आई नेहमी म्हणायची की हुंडा देणे ही वाईट गोष्ट आहे. तुम्ही नीट शिकला नाहीत, स्वत:ची योग्यता वाढवली नाहीत तर वाईट परिस्थितीचा सामना करणे तुम्हाला कठीण जाईल. त्या वेळच्या परिस्थितीला अनुकूल असेच हे संस्कार शिक्षण होते. वेळ फुकट घालवू नका. वेळेला मुठीत पकडा आणि क्षणन्क्षण चांगल्या कामासाठी वेचा असे ती आम्हाला नेहमी सांगत राही.

अभ्यास करणे आणि टेनिसच्या सामन्यात भाग घेण्यासाठी सर्वतोपरीने प्रयत्नरत राहणे यांसाठी आम्ही चौघीही बहिणी दक्ष होतो. दोन्हीकडे आम्ही बहिणी चमकत होतो. मला प्राण्यांची आवड होती, माणसांच्या दु:खाबद्दल मी संवेदनशील होते. देवाने आणि निसर्गाने मला चांगले आईवडील आणि उत्तम शरीरप्रकृती ही दोन वरदाने दिलेली आहेत याचा विसर मला कधीच पडला नाही. पुढे आयुष्यभर देवाने दिलेल्या देणग्यांबद्दल कृतज्ञ राहायचा संस्कार माझ्या कामाचाच एक हिस्सा बनला. मी पोलीस सेवेत असताना वेळेचे महत्त्व आणि कृतज्ञताभाव या दोन गोष्टी माझी संपत्ती असावी अशा जपत आले.

याबद्दल समोरच्या प्रेक्षकांना माझ्याबद्दल आणखी तपशिलात जाणून घ्यायचे होते पण मी फार बोलणे मला प्रशस्त वाटले नाही. मी त्यांचे आभार मानत म्हटले की त्या जे काही करत आहेत त्यामध्ये एकाची भर घालावी. भारतातील मुलींना शिक्षण देण्यासाठी त्या काही करू शकत असल्या तर जरूर करावे. भारताच्या कोणत्याही कोपऱ्यात जाऊन त्या हे काम करू शकतात. आपल्या घराजवळ, गावात किंवा आपल्याला आवडते त्या ठिकाणी जाऊन त्यांनी स्त्री-शिक्षणाचा प्रसार करावा कारण आज ज्या मुलींना तुम्ही शिकवाल त्या उद्याच्या भारतीय माता आहेत, स्त्रिया आहेत.

> *ज्ञानाचा प्रकाश जीवनात पसरला तर आवाज आपोआप बुलंद होतो.*

मग प्रश्नोत्तरांना सुरुवात झाली. मजबूत आणि दृढनिश्चयी होण्यासाठी काय करावे, असा प्रश्न मला पहिल्यांदा विचारला गेला. मी त्यांना प्रश्न विचारूनच त्याचे उत्तर दिले. तुम्ही सर्व जणी आपला आत्मविकास करावा म्हणून एकत्र येता का? आपल्याजवळ उत्तमोत्तम पुस्तकांचे ग्रंथालय आहे का? तिथे जाऊन तुम्ही नियमित पुस्तके वाचून चर्चा करू शकता आणि ज्ञानाचा प्रकाश जीवनात पसरला तर आवाज आपोआप बुलंद होतो. असा काही उपक्रम तुम्ही करता का या प्रश्नाचे उत्तर 'नाही' असे होते. मग मी त्यांना म्हटले एकत्र येऊन तुमचे कार्यक्रम करण्यात तुम्ही तुमची मौल्यवान स्त्रीशक्ती वाया घालवत आहात. या गोष्टींचा त्यांनी स्वीकार केला. मी त्यांना परत धन्यवाद देत म्हटले, स्त्रीशिक्षणासारख्या विधायक कार्याची महती तुम्हाला पटली, या संघटनेने तशी सुधारणा अमलात आणावी असे तुम्हाला वाटले यातच माझ्या येण्याचे, माझ्या भाषणाचे सार्थक झाले असे मला वाटते.

मुलींनी शिक्षण घेणे अत्यंत जरुरीचे आहे

मी आपल्याला एक पत्र दाखवणार आहे. ते वाचल्यावर आपल्या देशातील बहुसंख्य मुलींना ज्या समस्यांना सामोरे जावे लागते, ज्या स्थिती त्यांच्या वाट्याला येतात त्याची कल्पना तुम्हाला येईल. हरियाणातील एका किशोरवयीन मुलीचे हे पत्र आहे. यातील काही गोष्टी, नावे मी गुप्त ठेवलेली आहेत. आपण हे पत्र लक्ष देऊन वाचावे. स्वातंत्र्य मिळून इतकी वर्षे झाली तरी देशातील मुलींची स्थिती तशीच आहे हे पाहून आपण नक्कीच विचारात पडाल.

'आदरणीय किरण बेदीजी, नमस्कार

मी हरियाणा राज्यातील अंबाला जिल्ह्यातील बधौली या गावात राहते. नुकतीच मी बारावीची परीक्षा पहिल्या वर्गात पास झाले. मला पुढे शिकायचे आहे. शिकून स्वतःच्या पायावर उभे राहावे, कुणावर अवलंबून राहू नये असे मला वाटते. परंतु माझ्या घरातील सर्व जण रूढीपरंपरा पाळणारे आहेत. त्यांना मी पुढे शिकावे असे मुळीच वाटत नाही. बारावी होईपर्यंतसुद्धा मला बरेच झगडावे लागले. गावामध्ये बारावीपर्यंत शिक्षणाची सोय होती म्हणून तेवढे तरी मी करू शकले.

माझ्या कुटुंबात स्त्रियांनी शिकावे असे कुणालाही वाटत नाही. ते नेहमी म्हणतात की स्त्रियांनी शिकून काय करायचे? त्यांचे काम स्वयंपाक करायचे हेच आहे. मी अभ्यासाला बसले की ते म्हणत शिकून एका जागी बसणारी दगड होशील. मी माझ्या वडिलांना सांगितले की मला खाजगी अभ्यास करून शिक्षण पुढे पूर्ण करू द्या. पण ते म्हणतात की आता तुझे लग्न करायचे आहे. आता तुम्हीच सांगा मी काय करू?

मला वाटते की माझ्या आयुष्याला काही ध्येयच उरलेले नाही. मी काहीच करू शकत नाही. कुणाला आपल्याला मनातील शल्य सांगूही शकत नाही, कारण सर्व जण माझ्या पुढील शिक्षण घ्यायच्या विचारांच्या विरोधात आहेत. आम्ही चार भावंडे आहोत. माझा मोठा भाऊ बी.ए.च्या तिसऱ्या वर्षाला आहे. इतका शिकला असूनही

मी शिकावे असे त्याला वाटत नाही. आम्ही तसे सुखवस्तू आहोत. तरीदेखील घरी मला पुढे शिकवायला तयार नाहीत.

माझ्या वडिलांना चार भाऊ आहेत. त्यांतील सर्वांत मोठे स्वतंत्र राहतात. आणि उरलेले चौघे जण एकत्र राहतात. माझे वडील भावंडांत तिसरे आहेत. वडिलांच्या दोन्ही मोठ्या भावांची मुले शिकली नाहीत. म्हणून त्यांना वाटते की आम्ही भावंडांनीही शिकू नये. त्यात मुलींनी अजिबात शिकू नये. तुमच्याकडून मला एखादी लहानमोठी नोकरी नक्की मिळेल अशी आशा आहे. मला माझ्या घरातून बाहेर पाठवायलाही माझे कुटुंबीय नाराज असतात. आता तुम्हीच मला या चक्रातून सुटायला मदत करू शकता. तुम्ही माझी शेवटची आशा आहात. माझे जीवन आता मला दिशाहीन वाटते आहे. घरातील सगळे जण म्हणतात की मुलीला जास्त शिकवले तर मुलगाही मग शिकलेला शोधावा लागेल.'

हे पत्र वाचल्यावर आपल्यालाही पटेल की कुणाही मुलीला अशा परिस्थितीत असल्यावर तुरुंगातील कैदी आहोत असे वाटेल. शिक्षण बंद करून लग्न करून टाकणे म्हणजे एका तुरुंगातून मुलीला दुसऱ्या तुरुंगात पाठवल्यासारखेच आहे. हे पत्र वाचल्यावर लक्षात येते की आजही आपल्या देशातील लाखो मुलींना अशा परिस्थितीत सापडल्यावर काय करावे ते ठाऊक नाही. कुठे जायचे ते समजत नाही. अशी परिस्थिती असेल तर देशाच्या कानाकोपऱ्यांत जी कॉलेजे उघडली आहेत त्यांचा उपयोग काय? त्यांत शिकवणारे प्राध्यापक, ग्रामपंचायती, महिला कल्याण संस्था, आणि रोज टीव्हीवर दाखवण्यात येणाऱ्या स्त्री-शिक्षणाच्या, स्त्री-सबलीकरणाच्या जाहिराती यांचे औचित्य काय राहते?

कुटुंबातील मुलांना शिकवूनसुद्धा त्यांच्या स्त्री-शिक्षणाबाबतच्या विचारसरणीत फरक पडत नाही. कॉलेजात शिकूनही त्यांना स्त्रियांना शिकवण्याचे महत्त्व पटत नाही. शिक्षणामुळे, इतरांना शिक्षण मिळावे हा विचार शिकवला गेला नाही तर त्या शिक्षणाचा काय उपयोग? एकत्र कुटुंबपद्धतीत स्त्री-शिक्षणाला खीळ बसते हे कटू असले तरी सत्य आहे. अशा मोठ्या कुटुंबात स्त्रियांचा सर्वांगीण विकास होत नाही. मोठ्या भावाच्या मुली शिकल्या नाहीत तर धाकट्याच्या कशा शिकतील? आपापसांतील द्वेष, वैरभाव ही संयुक्त कुटुंबातील सर्वांत मोठी कमजोरी आहे. मुलींवर होणाऱ्या अन्यायाचे एक प्रमुख कारण म्हणजे त्यांना आजही ओझे समजले जाते. लवकरात लवकर हे ओझे सासरी पाठवून तिने ते घर सांभाळावे अशी अपेक्षा केली जाते. मुलींना हे सर्व समजून उमजून अशिक्षित ठेवले जाते वा कामचलाऊ, जरुरीपुरते शिक्षण दिले जाते. म्हणजे त्या कोणतीही कुरकुर न करता, प्रश्न न विचारता घराची गुलामी स्वीकारतील.

कुटुंब, घर या सीमारेषांत मुलांना बंदिस्त केले जाते. घराची गुलामी त्यांनी स्वीकारावी म्हणून असे करतात. पण त्यांनाही ठाऊक असते की त्या बरेच काही करू शकतात, कुणीतरी बनू शकतात. ज्या मुली अशा बंधनांना निमूटपणे शरण जातात, तडजोड करतात, विरोधाचा शब्द उच्चारत नाहीत, अशा मुलींनी आपल्या मुलींना भ्रूण अवस्थेत गर्भाशयातच मारून टाकावे म्हणजे भविष्यात तरी असा अन्याय सहन करणाऱ्या स्त्रिया जन्माला येणार नाहीत असे उद्वेगाने म्हणावेसे वाटते. अशा प्रकारच्या परिस्थितीत आपण अर्धशिक्षित वडील आणि भाऊ यांनी वरचष्मा ठेवलेल्या समाजाला दोषी ठरवतो, कारण वडील आणि भाऊ घरातल्या मुलींवर सत्ता गाजवतात. त्यांनी जीवनभर असाहाय्य, पुरुषांवर अवलंबून राहावे अशी त्यांची मानसिकता घडवतात. त्यांच्यावर लहानपणापासून हुकमत गाजवतात, नियंत्रणाखाली ठेवतात. मग अशा वातावरणात मोठ्या होणाऱ्या मुली सासरी गेल्या तरी आपल्यावर होणाऱ्या अन्यायाविरुद्ध कधी आवाज उठवत नाहीत.

अलीकडेच अतिरेकी संघटनांनी आणि धार्मिक कट्टरवाद्यांनी स्त्रियांवर सत्ता गाजवण्यासाठी, त्यांना नियंत्रणात ठेवण्यासाठी आणखी नवे उपाय शोधले आहेत. या संघटनांमध्येही पुरुषांचे निर्विवाद वर्चस्व आहे. स्त्रियांनी काळाबरोबर पुढे जात प्रगत व्हावे हे त्यांना अजिबात मान्य नाही. खरे म्हणजे या संघटना स्त्रियांना असे काही नियम लावत आहेत की त्या काही शतके मागे लोटल्या जाव्यात. त्यांना बुरखा घालणे सक्तीचे आहे. पुरुषांबरोबर बोलणे, चालणे, त्यांच्याबरोबर शिकणे यांवर बंदी आहे. घरातून बाहेर पडणेही निषिद्ध मानले आहे. इथे महिलांना पुरुषांइतकेच अधिकार होते. शिक्षण घ्यायचा, समाजात सक्रिय राहून आपली भूमिका निभावायचा हक्क होता पण आज हे हक्क काढून घेतलेले आहेत

स्त्रियांच्या स्थितीत सुधारणा करण्याची आज नितांत गरज आहे. याची जबाबदारी पुरुषांवर, स्थानिक नेत्यांवर, स्त्री-कल्याणाच्या क्षेत्रात काम करणाऱ्या स्वयंसेवी संस्थांवर, टीव्हीच्या डीडी१, डीडी२ या वाहिन्या... सर्वांवर आहे. मुलीच्या वडिलांनी, काका, भाऊ यांनी, इतर पुरुषांनी हे कार्यक्रम अवश्य पाहायला हवेत. कदाचित त्यांच्या विचारसरणीत त्यामुळे फरक पडेल. नाही तर अनेक मुली आणि त्यांचे आयुष्य समाजावर ओझे बनून राहील. आयुष्याशी त्या तडजोड करून राहतील आणि एक दिवस संपून जातील. आधीच उशीर झालेला आहे. कमीतकमी आता तरी आपण सर्वांनी मिळून या परिस्थितीत बदल घडवायला प्रयत्नशील राहायला हवे.

२६

शिक्षणाने मुली आत्मनिर्भर होतात

भारताला स्वातंत्र्य मिळून पन्नास वर्षे उलटून गेली. इतक्या अल्पकाळात देशाने वेगवेगळ्या क्षेत्रांत प्रगती साधलेली आहे. त्याचे प्रत्यक्ष-अप्रत्यक्ष फायदे देशवासीयांना मिळत आहेत. पण अजूनही आपल्या देशात मुलींना शिक्षणापासून दूर ठेवायची मानसिकता मूळ धरून आहे ही दुर्दैवाची गोष्ट आहे. कधी पालक, कधी नातेवाईक तर कधी शेजारीपाजारी या बाबतीत तिच्यावर अन्याय करण्यात पुढे सरसावतात. खरे म्हणजे शिक्षणावर मुलाचा आणि मुलीचा समान अधिकार असायला हवा. देशाच्या कानाकोपऱ्यांतून मला असहाय मुलींची पत्रे येतात, त्यांमध्ये अनेकदा याबद्दल लिहिलेले असते. त्यांना शिकायचे असते पण घरी परवानगी देत नाहीत. त्यांना कैद्यासारखे घरात बंद करून ठेवतात. या असहाय मुली माझ्याकडे मदतीची याचना करतात, आणि आशेने पत्रोत्तराची वाट पाहतात. त्यांच्या पालकांना वा इतरांना शिक्षणाचे महत्त्व ठाऊक नसते असे नाही, पण मुलींना समजून-उमजून शिक्षणापासून वंचित केले जाते, कारण मग त्यांना कंटाळवाण्या घरकामाला जुंपता येते.

आज आपल्यासमोर मी एका मुलीचे उदाहरण ठेवणार आहे. तिने सगळ्या गावाचा विरोध असताना आपले शिक्षण पूर्ण करून एक आदर्श निर्माण केला. तिच्या शिक्षणासाठी तिच्या आजारी आईवडिलांनी महत्त्वाची भूमिका निभावली. आज तीच मुलगी दिल्ली पोलीस खात्यात शिपाई म्हणून देशाची सेवा करत, कर्तव्य बजावत आहे. तिच्या यशाची कहाणी तिच्याच शब्दांत पुढे देत आहे.

''माझे नाव ललिता यादव. मी एकवीस वर्षांची आहे. हरियाणातील रेवाडी जिल्ह्यात असलेल्या नेहरूगड नावाच्या गावात मी राहते. या छोट्या गावात स्त्रियांना नावापुरते लिहायला-वाचायला शिकवतात. आठवी वा फार तर दहावीनंतर त्यांचे शिक्षण थांबवून लग्न करून दिले जाते. एखादे आईवडील आपल्या मुलीला पुढे

"

शिकवायला तयार झाले तर टोमणे मारून गाववाले त्यांना इतके हैराण करतात की वैतागून ते आपल्या मुलीचे लग्न करून टाकतातत.

मी एका सामान्य कुटुंबात जन्मले. माझे वडील सैन्यात होते तर आई अशिक्षित आहे. आम्ही तीन भावंडे. आईवडिलांनी पहिल्यापासून आमच्या शिक्षणाकडे लक्ष दिले. पाचवीत असताना मला शिष्यवृत्ती मिळाली. मला खेळायला फार आवडत होते म्हणून आम्ही एक टीम बनवली. ज्या मुली टीममध्ये होत्या त्यांना त्यांच्या आईवडिलांनी गावाबाहेर जाऊन खेळायची परवानगी दिली. पण इतर गावकऱ्यांनी मुलींच्या खेळण्याला विरोध केला. आमच्या मुख्याध्यापकांनी सांगितले की गावातील मुलींना घेऊन बाहेर खेळायला मी मुळीच परवानगी देणार नाही. मग आमच्याही उत्साहावर पाणी पडले.

मी सहावीत असताना माझी आई सारखी आजारी पडू लागली. माझी एक बहीण अन् भाऊ माझ्यापेक्षा लहान आहेत. मोठी बहीण म्हणून मला घरातील सर्व पाहावे लागे. त्यामुळे अनेकदा माझी शाळा बुडत असे. मग वडिलांनी भावाला केंद्रीय विद्यालयात घातले अन् आईला आर्मी इस्पितळात भरती केले. मी त्या वेळी माझ्या काकांकडे राहात होते. इस्पितळातून परतली तरी आईची प्रकृती पूर्णतया ठीक झालेली नव्हती. त्या वेळी गावातील इतर बायका आईला म्हणत की आजारी असून सगळी कामे तूच करतेस, त्यापेक्षा मुलीला शाळेतून काढून कामाला का लावत नाहीस? मग आई त्यांना म्हणे मला कितीही त्रास झाला तरी चालेल पण माझ्या मुलींनी शिकले पाहिजे, यशाला पोहोचले पाहिजे.

आईच्या आजारपणामुळे मग वडीलही लवकर निवृत्त होऊन घरी परतले. नेळेआधी निवृत्त व्हायचे कारण विचारले तर वडील म्हणत, मी घरी राहिलो तर मुलांची शिक्षणे निर्वेधपणे पार पडतील. आता माझी सारी स्वप्ने माझी मुलेच पूर्ण करतील. मी कॉलेजात प्रवेश घेताना लोकांनी बराच विरोध केला पण माझ्या आईवडिलांनी त्याची पर्वा केली नाही. कॉलेजात मी ॲथलेटिक्स या खेळप्रकाराची सचिवही झाले. त्याच वेळी गावात एक अप्रिय घटना घडली. तीदेखील शिकणाऱ्या मुलीच्या संदर्भात पण रेवाडीच्या पोलीस अधिकाऱ्यांनी चौकशी करून तिला निर्दोष ठरवले. त्या वेळी माझ्याही शिक्षणाबाबत विरोधी सूर निघाला पण माझे वडील ठामपणे माझ्या पाठीशी उभे राहिले.

जानेवारी १९९९ मध्ये दिल्ली पोलीसची भरती करण्याची जाहिरात प्रसिद्ध झाली. मी आग्रह केला पण मला कुणीही त्याचा अर्ज आणून दिला नाही. मग माझ्या आईवडिलांनी मला दिल्लीला जाऊन अर्ज भर असे सांगितले. अर्ज स्वीकारायच्या शेवटच्या दिवशी दिल्लीत जाऊन मी अर्ज भरून दिला.

त्यामध्ये मी दिल्लीतील एका ओळखीच्या व्यक्तीचा पत्ता दिलेला होता म्हणून

माझी निवड झाल्याचे पत्र माझ्या घरी न येता त्या घरी आले. दिल्लीत येऊन मी ते पत्र ताब्यात घेतले.

त्या दिवशी २६ जुलै ही तारीख होती आणि सत्तावीस जुलैला माझी शारीरिक तपासणी होणार होती. मी त्या चाचणीत पास झाले. मग लेखी परीक्षा आली तेव्हाही असेच झाले. फक्त एक दिवस आधी माझ्या हातात पत्र पडले. तरीही मी त्या परिचित व्यक्तीची आभारी आहे. गावातील लोकांना जेव्हा कळले की मी दिल्ली पोलीस खात्याची परीक्षा दिली आहे तेव्हा सर्व जण म्हणाले मुलांना नोकरी मिळणे कठीण आहे तर मुलीला कुठून मिळणार? आणि नोकरी मिळाली तरी काय उपयोग, लग्न झाल्यावर नवऱ्याकडे जावेच लागेल. त्यावर माझ्या आईवडिलांनी उत्तर दिले. जे आजवर झाले नाही ते होणार नाही कशावरून? आम्ही प्रयत्न करत आहोत की आमची मुले चांगली शिकूनसवरून शहाणी व्हावीत, चांगल्या नोकऱ्या त्यांना मिळाव्यात. पण गावात काही चांगल्या विचारांचेही लोक होते. ते म्हणत, गावातली मुलगी नोकरी करायला लागली तर गावाचे नाव ती उज्ज्वल करेल. पण अशांची संख्या अगदी कमी होती.

लेखी परीक्षेत मी उत्तीर्ण झाले ही बातमी गावात पसरली. अनेक जण मला पाण्यात पाहू लागले. वैद्यकीय परीक्षेत माझ्या अंगात रक्त कमी आहे म्हणून मला अनुत्तीर्ण करण्यात आले. माझ्या आईवडिलांना वाईट वाटले, धक्काच बसला पण आम्ही अजूनही हिम्मत धरून होतो. मी प्रयत्न करून तब्येत सुधारली आणि हीही त्रुटी दूर केली. डॉक्टरांनी सांगितले की इतक्या लवकर तुमचा ॲनिमिया बरा होणार नाही. पण मी नियुक्तीपत्र मिळेपर्यंत प्रयत्न करत राहिले.

माझ्या गावातून साडेसहा-सातला पहिली बस सुटते आणि आम्हाला तर नऊ वाजता दिल्लीला पोहोचायचे होते. मग पहाटे चारला उठून मी व माझे वडील पाचसहा किलोमीटर चालत जाऊन शेजारच्या कोसली गावातून बस पकडून दिल्ली गाठत होतो. आजारी असूनही वडील माझ्या पाठीशी उभे राहिले. कधी हॉस्पिटल तर कधी पोलीस मुख्यालय, दहा चकरा माराव्या लागल्या आणि एक दिवस माझ्या हातात नेमणूकपत्र आले. आमची मेहनत यशाला आली. आमचे घर आनंदात बुडाले.

गावाबाहेर जाऊन आपली ओळख बनवणारी मी पहिली मुलगी होते. त्याच वेळी माझ्या बहिणीलाही नोकरी मिळाली. प्रशिक्षणकाळात मी भरपूर मेहनत घेतली. इथे मला मॅडम किरण बेदींनी खूप प्रोत्साहन दिले.

प्रशिक्षण संपले आणि त्याच सुमारास माझ्या जीवनात पहाडाएवढे दुःख कोसळले. हृदयविकाराचा

झटका येऊन माझे वडील गेले. आता घराची सगळी जबाबदारी माझ्यावर होती. पण मी लवकरच सावरले. माझ्या आईला, लहान बहीण-भावांना हिमतीने सांभाळले. सगळे मिळून या दु:खातून आम्ही सावरलो.'

ललिताच्या या आत्मनिवेदनातून मला तिचा आत्मनिर्धार आणि भारतीय स्त्रीचा अंगभूत आत्मविश्वास जाणवतो. प्रत्येक भारतीय स्त्रीला या कहाणीतून प्रेरणा मिळेल. योग्य मार्गदर्शन आणि प्रोत्साहन मिळाले तर मुली मुलांपेक्षा कुठेही कमी पडत नाहीत.

आपला भारतीय समाज पिढ्यान्पिढ्या स्त्रियांच्या शिक्षणाच्या विरोधात राहिला आहे आणि पुढेही स्त्री-शिक्षणाला खेड्यापाड्यांतून विरोध होतच राहील अशी लक्षणे दिसत आहेत. पण आईवडिलांनी आपल्या मुलीच्या सर्वांगीण विकासासाठी डोळे उघडे ठेवून सज्ज राहायला हवे. त्यांना शिकू दिले पाहजे, आर्थिक स्वावलंबन येईल असे पाहिले पाहिजे. कुणी विरोध केला तर ठामपणे मुलीच्या पाठीशी उभे राहायला हवे. मग त्यांच्या मुलींचे भविष्य सुरक्षित अन् आनंदी राहील.

स्त्रियांना मनाई आहे

एक जाहिरात बघून माझ्या मनात प्रश्न उपस्थित झाला– आज स्त्रिया कुठे आहेत? पानभर पसरलेल्या राष्ट्रीय दैनिकातील ती जाहिरात 'पार्टनरशिप समिट' या संमेलनाची होती. जाहिरातीत तीसहून अधिक अत्यंत उच्चपदावरील लोकांचे फोटो होते. हे सारे देशातील आणि परदेशांतील बहुराष्ट्रीय कंपन्यांमधील वरिष्ठतम अधिकारी होते. सर्व जण शक्तिशाली, श्रीमंत, सत्तास्थानी, व्यवसायात यशस्वी असे होते. मी त्यांमध्ये भारतीय स्त्रीचा चेहरा शोधायचा प्रयत्न केला पण मला एकही चेहरा त्यात आढळला नाही.

मला आश्चर्य वाटले की यांत एकही भारतीय स्त्री का नाही? त्यांना बाहेर का ठेवले आहे? सर्व संमेलनात सूट आणि नेकटायचेच वर्चस्व का? एकही स्त्री नाही. स्त्रिया फक्त फिल्म शो, संगीत कार्यक्रम, आध्यात्मिक सभा यांतच दिसतात असे चित्र आता उरलेले नाही. मोठमोठ्या जबाबदारीच्या, कार्यकारी संचालकांच्या पदावर स्त्रिया आहेत. मग त्यांना या संमेलनात स्थान का नाही?

त्यांच्यासाठी व्यवसाय, व्यवस्थापन या क्षेत्रांत येण्याला काही अर्थ नाही का? या जाहिरातीतून आपल्या नवतरुणांना आणि नवयुवतींना नेमका कोणता संदेश पोहोचवला जातो? हे प्रश्न माझ्या मनात पुन:पुन्हा येत होते. कारण मी विमानात ते दैनिक वाचले आणि पुणे विमानतळावर 'ऑल इंडिया वुईमेन्स कॉन्फरन्स'च्या अमृत महोत्सवाच्या समारंभासाठी उतरले. तेव्हा मला व्याख्यान देण्यासाठी निमंत्रित केलेले होते.

या संस्थेचा आपल्या स्वातंत्र्यसंग्रामाशी संबंध आहे. १९२७ मध्ये श्रीमती मार्गरिट कजीन या आयरिश महिलेने या संस्थेची स्थापना केली. या स्त्रीने भारत आपला देश मानला होता आणि देशासाठी तिने आपले जीवन समर्पित केले होते. या संस्थेमध्ये देशातील अग्रगण्य महिला सामील झाल्या होत्या. श्रीमती सरोजिनी

नायडू, विजयालक्ष्मी पंडित, रामेश्वरी नेहरू, कमलादेवी चटोपाध्याय, राजकुमारी अमृत कौर, मुत्तुलक्ष्मी रेड्डी, लक्ष्मी मेनन या सामाजिक क्षेत्रातील सुप्रसिद्ध महिलांसोबत राजघराण्यातील बडोद्याच्या महाराणी चिमणबाई, भोपाळच्या बेगम इत्यादी महिला या संस्थेच्या जन्मापासून, पुढे झालेल्या आंदोलनाशी संलग्न होत्या. आज ए.आय.डब्ल्यू.सी. या संस्थेच्या पाचशे शाखा देशभर पसरल्या आहेत आणि एक लाखांहून अधिक स्त्रिया त्याच्या सदस्य आहेत.

या स्त्रियांसमोर बोलताना मी सरळ मुद्द्यावर आले आणि त्यांना मी 'पार्टनरशिप समीट'च्या जाहिरातीबद्दल सांगितले. मला असे वाटते की या महिलांना पाहताना वेगळ्या दृष्टीने जोखले जाते आणि सार्वजनिक जीवनात काही पदांपासून वंचित ठेवले जाते. त्यांना जेव्हा उच्च पदे दिली जातात तेव्हा फक्त नावापुरते अधिकार दिले जातात. अशा उच्च पदांवरच्या दिखावटीसाठी असलेल्या स्त्रियांची संख्या अधिक नाही आणि ती वाढवण्याचीही चिन्हे दिसत नाहीत. जे काही चेहरे अशा खास जागी दिसतात, त्यांना तिथे पुरुषांनीच नेमलेले असते. डिसेंबर

सभेतील महिलांना मी प्रश्न केला की, स्त्रिया सक्षम, निश्चयी आणि जागरूक, समंजस मतपेढी कशी बनतील? त्यांचे नियंत्रण जेव्हा पुरुष करतात तेव्हा त्यांच्या हाती फारसे काही उरत नाही. घरामध्ये पुरुषी सत्ता गाजवली जाते. अधिकतर भाग ग्रामीण असलेल्या या देशात नवरा, सासरचे वरिष्ठ नातेवाईक यांचा सर्व तऱ्हांनी दबाव असतो. दुसऱ्या बाजूला पंचायतीत सरकारने स्त्रियांना ३३ टक्के आरक्षण दिले पण तिथेही निराशाजनक चित्र आहे. पुरुषच या स्त्रियांच्या मागे उभे राहून आपल्या मर्जीप्रमाणे पंचायत चालवतात. तिथे महिलांना स्थानही नाही आणि आवाजही नाही. ज्या कुणी तिथे निवडून येऊन बसायची हिम्मत दाखवतात त्यांचे चेहरेही पदराआड लपलेले असतात.

स्त्रियांनी पुढे यावे आपला विकास करावा यामध्ये पुरुषांचा स्वार्थ आडवा येतो कारण मग त्यांचे नियंत्रण, सत्ताप्रभाव फिका पडत जाईल आणि असा स्वत:च्या पायावर कुणी धोंडा मारून घ्यायला तयार होणार नाही. पुरुष नक्कीच तेवढे हुशार असतात. स्त्रियांना आपल्या वरचढ होऊ न देणे यातच त्यांचे हित आहे हे त्यांना पक्के ठाऊक आहे.

स्त्रियांना फक्त स्त्रियाच पुढे यायला मदत करू शकतात. या स्त्रियांनीच पुरुषांच्या पिढ्या जन्माला, घातल्या पण त्यांनी कधी स्त्रियांना आपल्या बरोबरीचे, समान मानले नाही. घरात आणि घराबाहेर समाजात एक शक्ती या अर्थाने कधी पाहिले नाही. म्हणून महिलांच्या मोठ्या महत्त्वाच्या सभांमध्ये अतिशय कर्तृत्ववान, पुरुषी मनोवृत्तीचे लोक भाषणे द्यायला येत

नाहीत. ते फक्त प्रचार करायला आणि मते मागायला येतात. यापुढे जेव्हा कधी महिलांच्या सभेत मते मागायला पुरुष येतील तेव्हा स्त्रियांनी त्यांना ठणकावून सांगायला हवे, 'आम्हाला सत्ता, सुविधा यांमध्ये भागीदारी द्याल, आमच्या समस्यांचा संवेदनशील होऊन विचार कराल तरच आमची मते मिळतील.' असे सांगण्यास त्रास होईल, प्रण तो धोका पत्करायला हवा.

आज मात्र परिस्थिती अशी आहे की पुरुष आपापसांत निवडून येतात. मग 'पार्टनरशिप समिट'सारख्या संमेलनावर 'नॉट फॉर विमेन' असा स्पष्ट शिक्का उमटेल आणि या संमेलनाला 'पार्शल समिट' हेच नाव उचित ठरेल.

■

२८

संकटग्रस्त स्त्रियांना आधार हवा

अमेरिकेत स्थायिक झालेल्या एका भारतीयाच्या पत्नीची मला ई-मेल आली. ती पुढे देत आहे. अशी घटना माझ्या परिचयात पहिल्यांदाच घडते आहे असे नाही. ती एका जुन्या खोल जखमेची ठसठस आहे आणि सर्वांनी एकत्र येऊन तिला प्रतिसाद द्यायची गरज आहे. गुप्तता राखावी म्हणून मी त्या स्त्रीचे नावगाव बदलले आहे. अमेरिकेतील भारतीयांनी जागृत होऊन योग्य ती पावले उचलावीत म्हणून मी ही घटना सांगत आहे. ती ई-मेल अशी आहे—

"माझे नाव ओमिता आहे. अमेरिकेचे नागरिकत्व मिळालेल्या श्री. अनिल भाटिया या व्यवस्थापन अधिकाऱ्याशी माझे लग्न झाले आहे. एका राष्ट्रीय वृत्तपत्रातील जाहिरातीतून आमचा एकमेकांशी संपर्क झाला. ती जाहिरात अशी होती— 'अमेरिकेत स्थायिक झालेल्या, २९ वर्षे वयाच्या हिंदू अधिकाऱ्याला घरेलू पत्नी हवी आहे. वर हिंदू असून पत्नी कोणत्याही धर्माची चालेल.'

जाहिरातीतील मजकुरावरून वर एक सुस्थापित व्यावसायिक असून कुणावर अवलंबून नाही, आर्थिक दृष्ट्या संपन्न आहे असा स्पष्ट अर्थ होता. या जाहिरातीला उत्तर दिले तेव्हा माझ्या नवऱ्याचे वडील मुलाचा, कुटुंबीयांचा फोटो घेऊन आमच्या घरी भेटायला आले. पुढे त्यांनी अमेरिकेहून मुलाला बोलावून घेतले अन् आणखी काही नातेवाईकांसह आमच्या घरी भेट दिली. जाहिरातीत नमूद केल्याप्रमाणे वडिलांनीही मुलगा अमेरिकेत उच्च पदावर नोकरी करत आहे असे सांगितले. त्यानंतर दिल्लीतील त्यांच्या वाडवडिलांच्या घरी यायचे आम्हाला निमंत्रण देण्यात आले.

माझ्या आईवडिलांनी माझ्या भावी नवऱ्याला आणि सासऱ्याला लग्नापूर्वी स्पष्ट कल्पना दिली, की जरी मी पदवी घेतलेली असली तरी लगेच अमेरिकेत नोकरी करू शकणार नाही. अमेरिकेतील एखाद्या विद्यापीठात पुढील शिक्षण घेतल्यावरच मला काम करता येईल. त्यासाठी कदाचित खर्चही करावा लागेल. त्यावर सासरे रागावून

म्हणाले, एकदा लग्न झाल्यावर माझे शिक्षण ही त्यांची जबाबदारी झाली आणि ती निभावणे त्यांना समजते. त्यानंतर आमचे लग्न ठरले. मॅजिस्ट्रेटसमोर सह्या करताना मला कळले की माझा नवरा अजून विद्यार्थी आहे आणि त्याचे आईवडील त्याला पैसे पाठवतात. आम्हाला धक्काच बसला. पण तोवर लग्नविधी पूर्ण झाले होते म्हणून माझे आईवडील वाद उकरून न काढता गप्प बसले.

काही दिवसांनी नवरा अमेरिकेला गेला अन् त्याने पत्नीच्या व्हिसासाठी अर्ज दिला. मला व्हिसा मिळायला वर्षाहून अधिक काळ लागला आणि नंतर मी अमेरिकेला गेले. पहिले काही दिवस चांगले गेले, मग नंतर त्याचे कुटुंबीय मला त्रास देऊ लागले. तिरके बोलणे, टोमणे मारणे असा मानसिक अन् प्रसंगी शारीरिक छळ सुरू झाला. काही दिवसांनी माझा नवराही त्यात सामील झाला. सगळे म्हणू लागले, की त्यांच्यासाठी मी एक ओझे आहे, कारण मी कमावत नाही. हे लग्न करण्यात त्यांच्या हातून मोठीच चूक झाली. पुढे माझी सासू म्हणू लागली, की तिच्या मुलाला खूप हुंडा मिळाला असता पण माझ्या आईवडिलांनी त्याची नीट किंमत केली नाही.

एकदा माझ्या नवऱ्याला मी ओघाओघाने म्हटले, की माझा भाऊ स्वत:साठी वाहन घेतो आहे, तर लगेच त्या सर्वांनी माझ्यावर जोर करून वडिलांना 'जावयाला गाडीसाठी पैसे द्या,' असे सांगायला लावले. मी या मागणीला दाद दिली नाही. सगळे सहन करत राहिले, कारण मला माझे लग्न वाचवायचे होते. आईवडिलांना त्रास नको म्हणून यातले काहीही मी माहेरी कळवले नाही.

२००४ सालच्या जानेवारीत मला माझ्या नवऱ्याने भारतात जायला फर्मावले. परीक्षेचा अभ्यास करण्यासाठी तो वसतिगृहात राहायला जाणार होता. त्या काळात मी काहीतरी व्यावसायिक शिक्षण घ्यावे, म्हणजे परतून मी नोकरी करू शकेन कारण तिथे मला शिक्षण घेणे शक्य झाले नव्हते. माझी इच्छा नसताना त्याने परतीचे तिकीट काढून मला भारतात जायला लावले. परतल्यावर थोड्याच काळाने मला अमेरिकेतील कोर्टातून लग्नविच्छेदाची नोटीस आली. अचानक घडलेल्या घटनेने मी तर चक्रावूनच गेले. मी आणि माझ्या कुटुंबीयांनी आम्हाला शक्य होईल तितके सर्व काही त्यांना दिले होते. त्यांचे समाधान होईल इतका पैसा खर्च केला होता. प्रत्येक सणाला किमती भेटी दिल्या होत्या. ते सर्व वाया गेले होते. त्यांच्या अपेक्षा वाढतच चालल्या होत्या.

आता मी माझी केस लढवायला तिथे चालले आहे. मी एकटी आहे, मला कुणाचा आधार नाही. कायदेकानूची मला काहीही माहिती नाही. कृपया मला

मदत करा. केस कशी लढवावी याबाबत मार्गदर्शन करा. मला एखादा चांगला वकील सुचवा. मला मदत करू शकतील अशा सेवाभावी संस्था, स्त्रीसंघटना यांची माहिती द्या. भारतातून केस लढवणे शक्य आहे का? माझ्या सासरच्यांनी दिलेला त्रास, माझ्यासाठी आईवडिलांना झालेला खर्च याबाबत मला न्याय मिळण्यासाठी तुम्ही मदत केली तर मी आभारी होईन.''

केस लढण्यासाठी ओमिता इथे येऊन पोहोचली आहे. तिच्या हाती फार कमी साधने आहेत. पण मुद्दा तो नाही. अलीकडे अशा घटना अधिक संख्येने घडताना दिसत आहेत. अशा असहाय स्त्रियांना मदत करण्यासाठी तिथे केंद्र उभारणे आता गरज बनली आहे.

परदेशातील आपल्या वकिलातीत, बिनसरकारी सेवाभावी संस्था यांच्या सहकार्याने असे केंद्र उभे करून त्याची माहिती सर्वांपर्यंत पोहोचेल याची सोय करायला हवी. परदेशातील फसवल्या गेलेल्या भारतीय महिलांना असहाय, बेघर वाटू न देणे यासाठी काहीतरी योजना हवी. सर्वांनी मिळून असे मदतकेंद्र उभारणे अशक्य नाही असे मला वाटते. या समस्येवर उत्तर शोधायला हवे.

सौंदर्यस्पर्धा की उत्सव?

सौंदर्यस्पर्धा की सौंदर्याचा उत्सव? एन.डी.टी.व्ही. या चोवीस तास चालू असणाऱ्या वृत्तवाहिनीवर 'बिग फाईट' या गाजत असलेल्या कार्यक्रमात एका तरुण प्रेक्षकाने हा प्रश्न संचालकांना विचारला. मलाही या प्रश्नाने विचारप्रवृत्त केले आणि थोडे खोलात जाऊन माहिती घ्यावी असे वाटले. अमेरिकेत बसून इंटरनेटवर मी हा कार्यक्रम पाहात होते.

या प्रश्नावर उपस्थित प्रेक्षक दोन्ही बाजूने आपली मते हिरिरीने मांडत होते. कडकडून वाद घालता यावा असाच हा विषय आहे. त्यातील काही बाबींकडे माझे लक्ष वेधले गेले.

उच्चार अन् आचारस्वातंत्र्याच्या दृष्टीने पाहिले तर प्रत्येकाच्या वैयक्तिक आवडीनुसार या स्पर्धा असाव्यात हे ओघानेच म्हणता येते. त्या कायदेशीर आहेत, मनोरंजन करतात आणि गेली चाळीस वर्षे तीव्र विरोध होत असूनही त्यामध्ये लोकांचा सहभाग मोठ्या प्रमाणावर वाढतो आहे. त्यांना प्रतिष्ठा मिळते आहे. अशा स्पर्धा असाव्यात ही लोकांची मागणी आहे. आयोजक आणि स्पर्धक असा दावा करतात, की यामध्ये फक्त शरीर न पाहता संपूर्ण व्यक्तिमत्त्वाला महत्त्व दिले जाते आणि त्यामुळे स्पर्धकाच्या पुढील विकासाला ते पोषक ठरते. मन, रूप, शरीर यांच्याबरोबर तणावाचे नियोजन, संवेदनशीलता, दयाबुद्धी आदी अनेक पैलू तपासले जातात. लोकशाहीची तत्त्वे मानायची तर या स्पर्धेमध्ये भाग घ्यायचा की नाही हे ठरवायचा हक्क स्त्रीला द्यायला हवा. स्त्रियांना तेवढी समज नक्कीच आहे. प्रगती करावी, उन्नतीच्या पायऱ्या चढाव्या, त्यासाठी कोणते मार्ग अनुसरावेत, कोणत्या प्रकारचे कपडे घालावे याचे स्वातंत्र्य स्त्रीला जरूर द्यायला हवे. व्यवसाय स्वातंत्र्य प्रत्येकालाच द्यायला पाहिजे. स्त्रियांचे सक्षमीकरण करून नव्या संधीची दारे उघडण्यासाठी या स्पर्धा उपयोगी ठरतात. त्यांचा उपयोग करून अनेक उत्पादक आपला माल

खपवतात. दोघानांही ही देवघेव मंजूर आहे. झपाट्याने अवघे जग खेडे बनत असताना, जागतिकीकरण होताना असे होणे अपरिहार्य आहे. समाजाची वाटचाल त्या दिशेने होते आहे. कुवतीप्रमाणे समाजाला आपल्या प्रगतीची फळे मिळत असतात. ज्यांचा या स्पर्धांना विरोध आहे त्यांनी हवेतर त्यांच्याकडे लक्ष देऊ नये, तिथे जाऊ नये.

या स्पर्धांचे विरोधक असा आक्षेप घेतात, की स्त्रियांना यामध्ये विकाऊ वस्तूच्या पातळीवर आणून ठेवले जाते. त्यांच्या शरीराची मापे त्यांच्या व्यक्तिमत्त्वाचा मानदंड मानणे हे त्यांचे अवमूल्यन आहे. या स्पर्धांमध्ये त्यांचे 'सेक्स अपील' महत्त्वाचे ठरते, शरीराचा बाजार मांडला जातो. एका अर्थाने सौंदर्यांच्या कल्पना तरुणींवर लादल्या जातात. उदा. बारीक असणे म्हणजे सुंदर हे अतिरिक्त प्रमाणात 'हॅमर' केले गेल्याने, अनेक तरुण मुली उपाशी राहण्याच्या 'ॲनोरेक्सिया' नावाच्या रोगाची शिकार झाल्या आहेत.

या स्पर्धांची सुरुवात अमेरिकेतील 'ॲटलांटिक सिटी' या शहरात हौशी प्रवाशांना खेचून घेण्यासाठी १९२१ साली झाली. उंची ५' ९'' असणे हा आणखी एक मापदंड! त्यात किती स्त्रिया बसतात? अनेकजणी या ठरवलेल्या प्रमाणबद्धतेमुळे न्यूनगंडाची शिकार झाल्या. त्यांना इतर मानसिक समस्याही भेडसावू लागल्या. ३६-२४-३६ अशा मापात सौंदर्य बंदिस्त करता येते का? दोन ठरावीक प्रश्न विचारून कुणाच्या व्यक्तिमत्त्वाची परीक्षा होऊ शकत नाही. पूर्वी वर्तमानपत्राच्या तिसऱ्या पानावर छापल्या जाणाऱ्या यासंबंधीच्या बातम्या आता पहिल्या पानावर येऊ लागल्या आहेत. कृत्रिमरीत्या प्रसारमाध्यमाच्या साहाय्याने अशा घटना केंद्रस्थानी आणल्या जातात. नाहीतर आफ्रिकेतील काळ्या, बसक्या नाकाच्या स्त्रिया बेव्हाच अशा मुकुटाच्या धनी झाल्या असत्या.

मी मग पर्यायी शब्दकोश म्हणतात त्या 'थिसॉरस' पुस्तकाचा आधार घेतला आणि 'ब्यूटी पेजंट' या शब्दाचा अर्थ पाहिला. 'रॉजेट' यांच्या सुप्रसिद्ध शब्दकोशात सौंदर्य या शब्दाला अनेक पर्यायी शब्द सापडले. गोड रूप, देखणेपणा, मर्दानी, दुखऱ्या डोळ्यांना समाधान देणारे, सुरेख, अवाक करणारे, अत्युत्कृष्ट कलाकृती, बाहुली, नटरंगी स्त्री, आकर्षक, आवडणारी, भूल घालणारी, खानदानी, अस्फुट फुलाप्रमाणे, जादू करणारी, सौंदर्यवती, वगैरे वगैरे शब्द होते. त्या शब्दांशी निगडित असलेले शब्दही याच प्रकारचे होते. रंगरंगोटी, सौंदर्यप्रसाधने, पावडर, ओष्ठशलाका, नखांचे रंग, वेगवेगळी तेले आणि मलमे, सुवासिक अत्तर-फवारे, शांपू, प्रसाधने ठेवायची पिशवी, डौलदार बांधा, सुंदर चेहरा अशी न संपणारी यादी सोबत होती.

!
सुंदर या शब्दाला अधिक सखोल अर्थ द्यायला हवा.
!

मी ती सर्व यादी तपासली. कारण मला बुद्धी, हुशारी, कौशल्य अशा अर्थाचे शब्द त्यामध्ये आहेत का, हे पाहायचे होते. पण 'ब्यूटी' या शब्दाशी कोशकाराने त्याचा धागा जोडलेला दिसला नाही. इंग्रजी भाषेत या दोन गुणवर्णनपर शब्दांचा एकमेकांशी काहीही संबंध दिसला नाही. या शब्दाचा रोख फक्त दिखाऊ रूप अन् ते वाढवणाऱ्या अनेक गोष्टी यांच्याशी संबंधित आहे. याचा अर्थ सौंदर्यस्पर्धांकडे इतर अनेक धंद्याप्रमाणे यशस्वी व्यवसाय म्हणून पाहिले जाते. फक्त हा जगभरात मान्यता मिळालेला, करोडो रुपयांशी संबधित उद्योग आहे.

या संदर्भात माझे शब्द अखेरचे निवाडा करणारे मानावेत असे मी मुळीच समजत नाही. पण 'बिग फाईट' हा कार्यक्रम पाहताना प्रश्न विचारले गेले त्यांचे विश्लेषण करताना हे विचार मनात आले. 'सुंदर' या शब्दाचा खोलवर वेध घ्यायचा मी प्रयत्न केला. सौंदर्य आणि छान रूप हे शब्द एकाच अर्थाचे आहेत हेच खरे. सुंदर या रूपनिदर्शक शब्दाला बुद्धीची जोड देऊन नवा समावेशक शब्द शोधायची गरज निर्माण झाली आहे. त्यातून सुंदर, बुद्धिमान व्यक्ती असा अर्थ ध्वनित व्हायला हवा आहे.

३०

जिथे हुंड्याच्या भाराने स्त्रिया विव्हळतात

स्त्री असण्याची किंमत चुकती करण्यासाठीच स्त्री जन्म घेते का?

एक उपयुक्त वस्तू म्हणून एका हातातून दुसऱ्या हाती तिला सोपवले जाणार आहे का? एखाद्या संपत्तीप्रमाणे तिचा संचय, खरेदी, विक्री, होणार का? किंमत चुकती केलेल्या गुलामाप्रमाणे राबणे हेच तिचे भागधेय आहे का?

इथे आपण कुणाबद्दल बोलतो आहोत? ज्या स्त्रिया अशा यातनांतून केवळ नशिबाने वा स्वतःच्या हिमतीवर मुक्त झाल्या आहेत, त्या मला इथे अभिप्रेत नाहीत. तर प्रचंड मोठ्या संख्येने जगभर पसरलेल्या नगण्य अशा स्त्रियांचा विचार मी इथे मांडत आहे. त्यांना ना सुजाण पालक लाभले ना अन्यायाशी झुंजण्यासाठी संधी मिळाली.

अलीकडे आफ्रिकेत असताना मला आलेल्या अनुभवावर माझे हे बोल आधारलेले आहेत. तिथे मी माझे कर्तव्य निभावत असताना 'वधूची किंमत' (ब्राईड प्राईस) नावाच्या एका रूढीशी माझा परिचय झाला. माझी कल्पना होती, की फक्त भारतातच भरपूर हुंडा देऊन मुलींसाठी वर विकत घेतला जातो आणि पुढे निमित्ताने सतत त्यांना भेटी देत राहावे लागते.

आफ्रिकेत प्रकार उलट होता. वधूला विकत घेण्यासाठी तिच्या बापाला तिची किंमत द्यावी लागते. एरवी मुलीकडे ढुंकून न पाहणारे बाप ऐन मोक्याच्या वेळी हजर होतात आणि मुलीची किंमत वसूल करून पुन्हा नाहीसे होतात. त्यामुळे तिथे भारताप्रमाणे नवजात मुलींना मारले जात नाही. उलट मुलींकडे उत्तम किंमत देणाऱ्या वस्तू म्हणून पाहतात अन् कधीकधी वराकडून भरपूर रक्कम वसूल करतात.

या प्रथेविरुद्ध स्त्रियांच्या अनेक गटांनी एकत्र येऊन लढायचे ठरवले, तेव्हा मला या रूढीचा नीट परिचय झाला. काही तुरळक स्त्रियांनी पूर्वी या प्रथेविरुद्ध

आवाज उठवला होता त्यांच्या आठवणी काढून या एकत्रित स्त्रिया प्रेरणा मिळवत होत्या. केनियाच्या राजकारणातील स्त्रीहक्काबद्दल लढणाऱ्या सदुसष्ट वर्षांच्या श्रीमती वाम्बुई ओटिनो म्बुगावा या स्त्रीने पहिल्यांदा स्त्रीला तिच्या बापाकडून विकत घेण्याच्या या प्रथेविरूद्ध आवाज उठवला. लग्न झाले तेव्हा तिने वडिलांना सांगितले, ''मी तुमची मुलगी आहे. मला कुणी विकत घेऊ शकत नाही.'' या वाक्यावर उपस्थित स्त्रियांनी जोरात टाळ्या वाजवल्या.

आफ्रिकेत वधू विकत घेणे ही रूढी सर्व ठिकाणी आढळते. लग्नाने दोन कुटुंबे एकत्र येतात ही आनंदाची घटना भेट देऊन साजरी करावी या हेतूने या रूढीची सुरुवात झाली. पुढे समृद्धी आली, संपत्ती वाढली, तसे या रूढीचा उपयोग आपली संपत्ती वाढवण्यासाठी होऊ शकतो हे लोकांच्या लक्षात आले आणि मग मागण्यांना सुरुवात झाली. इतर वस्तूंसोबत मुलीचे वडील गुरे ढोरे, कोंबड्यांसारखी जिवंत, पैसा देणारी साधने मागू लागले. पत्नी हवी असेल तर पुरुषाला अन्न, पैसे, वस्तू, काही वेळा श्रम सुद्धा वधूच्या कुटुंबाला द्यावे लागे. देश वा जमात बदलली तरी या रूढीत थोडा वरवरचा फरक पडे, पण एकदा अशी किंमत देऊन आणलेल्या पत्नीला पती एक 'कमावलेली संपत्ती' म्हणून पाहात असे आणि परिणाम म्हणून ती आपली गुलाम आहे, तिला मारले झोडले तरी तिने मुकाट्याने सहन करावे अशी मनोवृत्ती तयार झाली. कित्येक तरुण स्त्रियांना अशा लग्नामुळे नवरा जरी एचआयव्ही बाधित असला तरी शरीरसंबंधांना नकार देणे वा त्याबाबत नवऱ्याने काळजी घ्यावी अशी त्याच्यावर सक्ती करता येत नसे. ''तुला मी किंमत मोजून आणलेली आहे, तू मला नकार देऊ शकत नाहीस' असे सरळ तिच्या तोंडावर उत्तर फेकले जाते.

सिएरा लेआबे या देशाची राजधानी फ्रीटाऊन येथे एक ऐतिहासिक घटना घडली होती. या ठिकाणी अमेरिकेने एके दिवशी सर्व गुलामांची मुक्तता केली. त्यावरून या शहराचे 'फ्रीटाऊन' हे नाव पडले. असे 'फ्रीटाऊन' शहर स्त्रियांसाठी कधीतरी अस्तित्वात येईल का? इथे पुरुषांना विकत घेतले जाणार नाही आणि स्त्रियांची किंमत चुकती केली जाणार नाही.

जेव्हा समाज मुलींना आणि स्त्रियांना सक्षम बनवेल, त्यांना वेगवेगळी कौशल्ये वा शिक्षण देऊन आत्मनिर्भर, समाजाचे उपयुक्त, प्रगतीसाठी महत्त्वाचे घटक बनवेल तेव्हाच या रूढी नष्ट होतील. सरकार आणि सामाजिक संस्था यांच्या एकत्रित बळाच्या साहाय्याने समाजाची ही मनोवृत्ती बदलली जाईल. स्त्रिया हा समाजाचा

तेवढाच महत्त्वाचा घटक आहे, या बदलाला सामाजिक मान्यता मिळेल. यासाठी खंबीर, द्रष्ट्या, पुरोगामी राजकीय आणि सामाजिक नेतृत्वाची गरज आहे.

तोपर्यंत जगभरातील बहुसंख्य स्त्रिया या पृथ्वीवर जिवंतपणी नरकाचा अनुभव घेत राहतील. नुकत्याच उलटलेल्या महिला दिनानिमित्त तूर्त इतकेच पुरे...

■

धोका! स्त्री-पुरुष एकत्र काम करत आहेत!

'व्यभिचार' या विषयावर आधारित सीएनएन या वाहिनीवर चालू असलेला एक कार्यक्रम मी पाहात होते. मी तो संपूर्ण कार्यक्रम पाहिला कारण तो प्रत्यक्ष पाहणीवर आधारित होता अन् विश्वासार्ह वाहिनी असल्याने ही पाहणी अत्यंत काटेकोर, गंभीर अन् खरीखुरी होती. सोबत माहितीचे विश्लेषण करणारे नामवंत तज्ज्ञ होते. सूत्रसंचालकाने प्रथमच प्रांजळपणे सांगितले, की अमेरिकेत दोन लग्नांमधील एक व्यभिचारग्रस्त असते. म्हणजे जवळजवळ पन्नास टक्के जनतेच्या आयुष्यात ती किंवा तो यांना या प्रश्नांना सामोरे जावे लागते.

यातील चिंताजनक बाब म्हणजे यात पूर्वी पुरुष आघाडीवर असत, पण आता स्त्रियाही मागे नाहीत. या संदर्भात काम करायची जागा ही सर्वांत धोक्याची ठरते आहे. एकत्र कॉफीपान करताना या व्यभिचाराचा उगम संभवतो म्हणून याला 'कॉफी शॉप सिंड्रोम' असेही नाव मिळाले आहे. या पाहणीनुसार ६२ टक्के प्रकरणांची सुरुवात कामाच्या जागी झाली आहे. 'चला, एकत्र कॉफी पिऊ' अशी निरुपद्रवी सुरुवात होते. पुढे कामाचा ताण, वेळेच्या मर्यादेत काम पुरे करणे, एकमेकांना गुपिते सांगून मन हलके करणे अशाने पुढे प्रकरण वाढते. लग्नसंबंध विश्वासाच्या पायावर उभे राहतात याची जाणीव असली तरी प्रत्येकजण या मोहांना बळी पडू शकतो. आज एकच जोडीदार असणे ही दंतकथा असावी अशी अपवादात्मक बाब ठरते आहे.

पन्नास टक्के घटस्फोटांचे कारण व्यभिचार आहे. घटस्फोटाचा खटला उभा राहिला की न्यायाधीश विचारतात ''व्यभिचार सोडून इतर काही आहे का?''

नव्वद टक्के लोक हे चुकीचे आहे असे सांगतात, पण प्रत्यक्ष पुरावा, फसवणूक करणाऱ्यांची संख्या वाढते आहे हे स्पष्ट सुचवतो.

बाहेर कुठेतरी प्रकरण असल्याच्या हमखास खुणा नवऱ्याच्या वागणुकीवरून ओळखता येतात. तो कामावर अधिक वेळ राहतो, प्रवासाला जायच्या संधी शोधत

राहतो आणि त्याबद्दल तक्रारी करत नाही. आपण पकडले जाणार नाही अशी त्याला आशा असते. त्या बाबतीत एक 'पन्नास मैलांचा' मजेशीर नियम तो पाळतो. म्हणजे आपले प्रियपात्र कमीतकमी पन्नास मैलांच्या अंतरावर असावे. चुकून उघडकीला आले तर तो सरळ कानावर हात ठेवतो. स्वत:ला पुन:पुन्हा बजावत राहतो की आपण कधीच सापडणार नाही.

स्त्रियांमध्ये ही प्रकरणे बहुतांशी मैत्री भावनेतून सुरू होतात. मग त्यांच्यामध्ये कोणत्याही हेतूविना सहज शरीरसंबंध घडतो. त्यामध्ये त्यांचा एकाकीपणा दूर होतो. त्यांना हवेहवेसे वाटणारे प्रेम मिळते.

त्यांच्याकडे लक्ष दिले जाते, स्तुतीपर ऐकायला मिळते, जे त्यांना ऐकायची इच्छा असते. एकत्र बाहेर जाऊन खाणेपिणे, संकेतस्थळी भेटणे, तिथे शृंगाराचा आनंद लुटताना, घसरणारा बर्फगोळा मोठा मोठा होत जावा तसे प्रकरण वाढत जाते.

पाहणीत पुढे म्हटले होते, की महाजाल हे एक इलेक्ट्रॉनिक शयनगृह बनले आहे. खाजगीत त्याला 'शृंगाराची गुरुकिल्ली सापडणारे पुस्तक' म्हटले जाते. ज्यांना विविधता आवडते अशांना इंटरनेटवर अश्लील गप्पा मारण्यासाठी कोण ना कोण तरी उपलब्ध असते. आत्यंतिक अश्लील वाङ्मय तिथे वाचता, पाहता येते अन् गुप्तता पाळून प्रत्यक्ष भेटही शक्य होते. दोन तृतीयांश घटस्फोट महाजालाच्या जाळ्यापलीकडे जाऊन लक्ष्मणरेषा ओलांडल्यामुळे होतात असे ही पाहणी सांगते.

व्यभिचार हा आनुवंशिक गुण आहे का, याचाही अभ्यास करण्यात आला आणि त्याने उत्तर 'हो' असे आले. प्राणीसुद्धा आपल्या जोडीदाराला फसवतात. फक्त एकच प्राणीगट जोडीदाराशी एकनिष्ठ असलेला आढळला. माश्यांच्या आतड्यातील जंतासारख्या पण सपाट अळीवजा या प्राण्याचे शास्त्रीय नाव 'फ्लॅटवर्म' आहे.

त्यावरून जोडीदाराशी 'एकनिष्ठता' हा प्राणीजगतात अपवाद असून व्यभिचार हा आपल्या गुणसूत्राचा गुणधर्म आहे, असा निष्कर्ष निघतो. सर्व माद्या आपल्याला अन्न, संरक्षण यांसारखी मूलभूत साधने मुबलक मिळावीत म्हणून व्यभिचार करतात तर नर आपल्या वंशजांची संख्या वाढावी म्हणून करतात.

याचा अर्थ असा नव्हे, की स्त्री दिसल्यावर माणसाने मनात उद्भवणाऱ्या वासनेला शरण जाणे अपरिहार्य आहे. आपण इतके पशुवृत्तीचे आहोत का? या गुणधर्माचे गुलाम बनणार का? मग बुद्धीची गरजच काय? मानवाच्या श्रेष्ठतेचा, इतर प्राण्यांवर गाजवू शकणाऱ्या सत्तेचा अर्थ कोणता?

तज्ज्ञांच्या म्हणण्याप्रमाणे शिक्षणामुळे हे चित्र बदलू शकेल. पण कोणते शिक्षण, ते कोण आणि कसे देणार असा प्रश्न माझ्यासमोर पडला. जोडीदाराशी

एकनिष्ठ राहायच्या शपथा लग्नात घेतो तेव्हा ही आव्हाने संपत नाहीत, तर तेव्हा ती सुरू होतात. आपण पौर्वात्य लोकांना या संदर्भात सिंहावलोकन करायची, स्वत:ची मूल्ये तपासून पाहायची गरज आहे, कारण आयुष्यात उलथापालथ घडवणाऱ्या या समस्येचे प्रमाण इथेही वाढते आहे.

आपण भारतीय यातून काही बोध घेणार आहोत का?

३२

जग तुमचे निरीक्षण करते आहे...

एका शाळेत जाऊन सहावी अन् पुढच्या विद्यार्थ्यांना भेटायची मला विनंती करण्यात आली. या वयोगटात नवीन काय चालले आहे, तिथे उपस्थित राहून मला नेमके काय वाटते हे पाहायची मलाही उत्सुकता होती. मी जेव्हा शैक्षणिक संस्थांना भेट देते तेव्हा मला जणू त्या मुलामुलींच्या मनाची स्पंदने जाणवतात. ते मनस्वी आहेत, त्यांच्या मनात अनेक प्रश्न आहेत, कुतूहल आहे, त्यांना त्यांच्या भविष्याबद्दल जाणून घ्यायचे आहे, ते गंभीर आहेत, शिस्तीचे आहेत, त्यांना नवे शिकायचे आहे, ते अभ्यासू आहेत, दिशा ठरवून चालणारे, ज्ञानाची आस असणारे, मूल्यांची किंमत जाणणारे, सगळे सहजतेने घेणारे आहेत का नाहीत या सर्वांची चाहूल मला त्यांच्यासमवेत असताना घेता येते.

ते कसे बसतात, माझ्याकडे कसे पाहतात त्यावरून मला त्यांचा अंदाज बांधता येतो. ते माझ्यासमोर जे सादर करतात, स्वतःच्या कामाबद्दल त्यांची कशी प्रतिक्रिया होते यावरून मी त्यांना समजू शकते. त्यांच्या चेहऱ्यावर कोणत्या गोष्टीमुळे हास्य फुलते, त्यावरून मला त्यांच्या गरजा आणि अग्रक्रम समजू शकतात.

मला खात्री आहे, की मोठ्या माणसांबरोबर वागता-बोलताना त्यांची मने सदैव काहीतरी टिकाऊ असे टिपत असतात. त्यातून त्यांना चांगले वा वाईट संस्कार मिळतात. त्या संवेदनाक्षम वयात त्यांच्या व्यक्तिमत्त्वाची जडणघडण होताना हे संस्कार महत्त्वाची भूमिका बजावतात.

एका उत्तम गणल्या गेलेल्या शाळेत गेल्यावर मला आलेला अनुभव याबाबत बरेच काही बोलून जातो. तिथे गेल्यावर माझ्यासमोर मुलांनी समूहनृत्य करून दाखवले. मी ते आनंदाने पाहिले. विशेषतः पुढे नाचणाऱ्या मुलांपेक्षा, मागच्या रांगेतील मुले बघण्यात मला अधिक गंमत येते. पुढच्या रांगेतील मुले उत्तम नर्तक असतात. अन् मागची तुलनेने डावी असतात. त्यांच्या एकमेकांतील क्रिया-प्रतिक्रियांची

तुलना करून पाहा. मागच्या रांगेतील मुलांची भूमिका फक्त जागा भरण्यासाठी असते. पुढे चांगले नाचणाऱ्या मुलांकडे पाहत, त्यांचे अनुकरण करत त्यांच्यामागे लपून राहत त्यांनी ते समूहनृत्य निभवायचे असते.

नीट लक्षपूर्वक पाहिले तर त्यांची धडपड लक्षात येते. शाळेने जर प्रत्येक मुलाकडे भरपूर लक्ष देऊन सर्वांकडून उत्तम सराव करून घेतला असेल तर असे होत नाही. यावरूनही शाळेने मुलांवर घेतल्या गेलेल्या मेहनतीचा अंदाज येतो. एका अर्थाने शाळा काय दर्जाची आहे हेही कळून चुकते. फार थोड्या शाळा 'टोटल क्वालिटी' म्हणजे संपूर्ण गुणवत्ता याकडे लक्ष देऊन तयारी करून घेतात. अशा समूहनृत्यातून शिक्षक आणि मुले यांच्यातील अनुबंधही कळून चुकतात. बारकाईने पाहिल्यास असे कार्यक्रम, शिक्षक-विद्यार्थी, तिथे दिले जाणारे शिक्षण यांच्या प्रतिमा दाखवणारे आरसे असतात.

कार्यक्रमानंतर माझी बोलायची पाळी आली. जी मुले आळसावून बसलेली होती त्यांना मी नीट लक्षपूर्वक ऐकायला सांगितले. मुले लगेच सरसावून बसली. माझ्याकडे त्यांचे कान आणि डोळे लावून उत्सुकतेने ऐकू लागली. त्यांचे लक्ष वेधण्यासाठी, मने तशीच उत्सुक राहण्यासाठी फक्त शब्द पुरेसे नव्हते. मी त्यांना त्यांच्या समूहनृत्याची आठवण करून दिली आणि माझ्या प्रश्नांना सुरुवात केली. मुलांना बोलते करणे हा मूल्यशिक्षणासाठी एक चांगला उपक्रम आहे.

प्रश्न : तुम्ही पुढच्या रांगेतील आणि मागच्या रांगेतील मुलांना नाचताना पाहिले. त्यामध्ये फरक जाणवला का?

उत्तर : हो... फरक होता.

प्रश्न : एकाच शिक्षकांनी हा नाच शिकवला ना?

उत्तर : हो.

प्रश्न : सर्व मुलांना सरावासाठी सारखाच वेळ मिळाला का?

उत्तर : हो.

प्रश्न : मग पुढच्या आणि मागच्या रांगेतील मुलांमध्ये फरक का पडला?

उत्तर : नाचायला शिकणाऱ्या मुलांच्या लक्षपूर्वक नाच शिकण्यामध्ये अन् नाचात समरस होण्यामध्ये फरक होता.

प्रश्न : हा नाच सर्वजण पाहणार आहेत हे तुम्हा सर्वांना ठाऊक होते ना?

उत्तर : हो.

प्रश्न : मग मागचे विद्यार्थी तेवढे चांगले का नाचू शकले नाहीत?

उत्तर : त्यांना वाटले की अनुकरण करून किंवा मागे लपून राहून ते नाच कसाबसा पूर्ण करू शकतील.

मग मी त्यांना सांगितले, की मुलांनो लक्षात ठेवा, तुम्ही हा नाच पाहताना जसे नाचणाऱ्या मुलांचे दोष आणि गुण बारकाईने पाहिलेत तसे पुढे तुमचे काम सारे जग पाहणार आहे. तुम्हाला वाटेल की कुणी पाहत नाही. आपण कसेही वागले तरी चालेल. पण तुम्ही जशी मागच्या रांगेतील मुले पाहिलीत तसे तुम्हालाही जोखले जाईल. तुमचे शिक्षक, आईवडील, नातेवाईक, मित्रमंडळी... जाल तिथे सर्व ठिकाणी तुमच्याकडे त्यांचे लक्ष असेल.

दुसऱ्यांनी पाहण्याआधी तुम्ही स्वत:कडे नीट निरखून पाहायला आधी शिका. तुम्ही इतरांना कसे दिसणार आहात, ते तुम्हाला आधी कळून चुकेल. असे सतत स्वत:ला निरखून पाहात राहिलात तर तुम्हाला तुमचे दोष दिसतील आणि ते तुम्हाला काढून टाकता येतील आणि मग ती तुमची सवय होईल. पुढे जरी तुम्हाला मागच्या रांगेत राहायची पाळी आली तरी तुमचे काम पुढील रांगेतल्या मुलांइतकेच उत्तम राहील. तेव्हा कधीही विसरू नका, तुमच्या लहान मोठ्या प्रत्येक कृत्याकडे जगाचे लक्ष आहे आणि ते सतत राहणार आहे. शेवटी मी पुन्हा एकदा त्यांना ते शब्द माझ्याबरोबर मोठ्याने उच्चारायला लावले.

''जग तुमचे सतत निरीक्षण करते आहे.''

३३

उत्कृष्ट! पण काय?

'नागरी पोलीस सल्लागार' हे पद संयुक्त राष्ट्रसंघात स्वीकारून रुजू झाल्यावर मला माझ्या जवळच्या नातेवाइकाच्या लग्नासाठी लगेच परत यावे लागले. त्याच वेळी अमृतसरच्या गुरू नानक विद्यापीठाने मला सन्माननीय डॉक्टरेट देऊ केली होती. तिचाही मी स्वीकार केला. या संधीचा उपयोग करून मी हरमिंदरसाहेब येथे भेट दिली आणि तेथील वाहतूक व्यवस्थापन सुरळीत चालू असल्याचे, नियंत्रणाखाली आल्याचे मला आढळून आले. जिल्हा पोलिसांनी परिस्थिती सुधारायचे मनावर घेतलेले दिसले. तेथील दरबार साहिबच्या अधिकाऱ्यांनी या सुधारणा झाल्याच्या वृत्ताला दुजोरा दिला. त्यावरून दिसून येते, की पोलिसांनी ठरवले तर ते योग्य पावले उचलून, सुधारणा करू शकतात, नाव कमावू शकतात.

या लेखामध्ये मला जो पदवीदान समारंभ झाला त्याबद्दल सांगायचे आहे. समारंभाचे अध्यक्ष विद्यापीठाचे उपकुलगुरू लेफ्टनंट जनरल जे.एफ.आर. जेकॉब (निवृत्त) यांनी भूषवले. प्राध्यापक अरुण निगवेकर (विद्यापीठ अनुदान आयोगाचे चेअरमन) श्री. अनिल काकोडकर, सुप्रसिद्ध अभिनेते, मुंबईचे माजी शेरीफ आणि संसदसदस्य कै. श्री. सुनील दत्त आणि मी यांना सन्माननीय डॉक्टरेट प्रदान करण्यात आली. साठावर विद्यार्थ्यांना पीएच.डी. आणि इतर पदव्या देण्यात आल्या.

समारंभ अत्यंत नेटकेपणाने आणि परिपूर्ण पद्धतीने झाला. उपकुलगुरूंच्या मार्गदर्शनाखाली त्याचे आयोजन केलेले होते. अगदी वेळेवर सुरू झाला आणि महत्त्वाचे म्हणजे वेळेवरच संपला. प्रत्येकाने आपल्याला दिलेल्या वेळातच आपले भाषण आटोपले. कुठेही चुका न होता पदव्याही प्रदान करण्यात आल्या. पीएच.डी. मिळवणाऱ्या विद्यार्थ्यांची संख्या पाहता विद्यापीठाचे कामकाज उत्तम प्रकारे चालवले जाते आणि संशोधन, शिक्षण हे हेतू साध्य होतात हे उपस्थितांना कळून चुकले.

उपकुलगुरूंनी समारंभाचे प्रास्ताविक करताना जे विचार व्यक्त केले त्याबद्दल

माझ्या मनात उत्सुकता उत्पन्न झाली. समोर श्रोतृवर्गात अमृतसरमधील सर्वच्या सर्व म्हटले तरी चालेल, प्रतिष्ठित व्ही.आय.पी. बसलेले होते. त्यांच्यासमोर उपकुलगुरू म्हणाले, की विद्यापीठ अनुदान आयोगाने या विद्यापीठाला 'उत्कृष्ट' या गुणवत्तेने गौरवले आहे. हा शेरा मिळावा असेच हे विद्यापीठ आहे याबद्दल माझी खात्री आहे. अत्यंत प्रशस्त, सुंदर

परिसर, इमारती, ग्रंथालय... उत्कृष्ट विद्यापीठाला जी जी साधने हवीत ती इथे होतीच. वेगवेगळ्या ज्ञानशाखांतून उत्साही आणि प्रेरक वृत्तीने शिकवणारे प्राध्यापक होते. पण एखाद्या संस्थेला 'उत्कृष्ट' असा शेरा देण्यासाठी त्यातून बाहेर पडणारे उत्पादन, म्हणजे इथे विद्यार्थी म्हणता येईल, त्यांच्या गुणवत्तेचे काय? इथून पदवी घेऊन बाहेरच्या जगात वावरणाऱ्या विद्यार्थ्यांना हेच विशेषण लावता येईल काय? ते कोण आहेत? विद्यापीठ अनुदान आयोगाने त्यांच्या दर्जाबद्दल काही निकष ठरवलेले आहेत का? माझ्या मते विद्यापीठाच्या साधनसंपत्तीपेक्षा त्यातून बाहेर पडणारे विद्यार्थी, त्यांची गुणवत्ता यांवरच विद्यापीठाला 'दर्जा' मिळायला हवा.

मी त्याबद्दल इतरांना प्रश्न विचारायचे ठरवले आणि श्री. निगवेकरांजवळ जाऊन विद्यार्थ्यांच्या गुणवत्तेची परीक्षा कशी केली जाते असे विचारले. त्यांच्या पदव्यांबद्दल प्रश्नच नाही. त्यासाठी अभ्यासक्रम आहे. परीक्षा आहेत. विद्यार्थ्यांनी मिळवलेल्या ज्ञानाचे परीक्षण करण्यासाठी वर्षानुवर्षे चालत, सुधारत आलेल्या व्यवस्था आहेत. पण विद्यार्थ्यांची नैतिक मूल्ये, माणूस म्हणून त्यांचा झालेला विकास हे तपासायच्या कसोट्या आहेत का? उद्या हेच विद्यार्थी देश चालवणार. भविष्यात हेच देशाची मानवशक्ती आहेत. तेव्हा त्यांच्या नैतिकतेवर देशाची नैतिकता अवलंबून राहणार यात प्रश्न नाही. मला चर्चेअंती उत्तर मिळाले, की याबद्दल अजून सुस्पष्टता नाही. विद्यार्थ्यांची माणूस म्हणून नैतिकता तपासायच्या महाकठीण कामाचा गांभीर्याने विचार झालेला नाही.

मी डॉ. अनिल काकोडकरांशीही बोलले. भारतात असे मूल्यमापन शक्य आहे का, असे थेट विचारले. त्यांनी उत्तर दिले, भारतात अधिकाराची उतरंड पक्की आहे. त्यामध्ये उच्चाधिकाऱ्यांचे मूल्यमापन सहकाऱ्यांनी वा खालच्या स्तरावरील अधिकाऱ्यांनी करायची सोय नाही. मी पोलीस प्रशिक्षण केंद्राची संचालक असताना मलाही या प्रश्नांना सामोरे जावे लागले होते. शिक्षकांचे मूल्यमापन वा विद्यार्थ्यांकडून त्यांना काय वाटते, याबद्दलचे बोलणे काढले की 'शिस्तभंग' होतो, म्हणून मतभिन्नता प्रगट होई. यातील एक परंपरा अन् दुसरे स्वातंत्र्य देऊन स्वतःला विकासासाठी तयार करणे या दोन टोकांमधील योग्य समतोल साधायची गरज आहे असे मला वाटते.

पण शेवटी सत्य उरतेच, की कोणत्याही शैक्षणिक संस्थेला 'उत्कृष्ट' असा शेरा देण्यासाठी ज्ञानाची परीक्षा घेता येईल, पण नैतिकता, मूल्यव्यवस्था रुजवणे आणि त्याचे मूल्यमापन करणे कठीण आहे. आपल्या शिक्षण देण्याच्या पद्धतीतच विद्यार्थ्यांना चारित्र्य, धैर्य आणि समंजस वृत्तीने योग्य निर्णय घेण्याचे शिक्षण दिले जात नाही. त्यामुळे 'उत्कृष्ट' या शेऱ्याला फक्त एक प्रतिष्ठितपणाचे वलय मिळते आणि ते इमारती, ग्रंथांची संख्या, पदव्या, परिसर एवढ्यापुरते मर्यादित राहते. विद्यार्थ्यांना माणूस म्हणून घडवण्याकडे गांभीर्याने पाहिले जात नाही. प्रत्यक्षात या मानवीपणानेच हे सर्व उभे केलेले आहे.

विद्यापीठ अनुदान आयोगाच्या अध्यक्षांशी बोलताना मला अशी मूल्यमापन पद्धत अस्तित्वात नाही याची कल्पना होती. पण माझा हेतू या मुद्याचा विचार व्हावा आणि मूल्यशिक्षण, त्याचे मूल्यमापन याबाबत बदलांना सुरुवात व्हावी हाच होता. त्यांनी वरिष्ठ पातळीवरून सुरुवात केली तर एका वेगळ्या क्रांतीची सुरुवात होईल. विद्यार्थ्यांना उत्कृष्ट माणूस बनवण्याच्या प्रयत्नांना सुरुवात होईल आणि आपण सर्व त्याचीच वाट पाहत आहोत.

३४

सहेली – स्त्रियांची मैत्रीण

बोस्टन शहरात काही सुस्थापित व्यावसायिक स्त्रीपुरुषांची एक संघटना आहे. त्या 'सहेली' या संस्थेच्या वार्षिकोत्सवासाठी मी निमंत्रित पाहुणी म्हणून गेले होते. दक्षिण आशियामधून स्थलांतरित झालेल्या स्त्रियांना आणि त्यांच्या कुटुंबीयांना ही संस्था अनेक क्षेत्रांमध्ये मदत करते. कुटुंबातील विसंवाद, घर मोडणे, कायदा आणि परदेशात स्थायिक होताना लागणाऱ्या सव्यापसव्यात ही संस्था स्त्रियांच्या पाठीशी सहेली होऊन उभी राहते.

मी हे निमंत्रण स्वीकारले, कारण मला ते करत असलेल्या कामाची गरज आणि महत्त्व ठाऊक आहे. 'सहेली' आणि अशा प्रकारच्या संस्था नसत्या तर घरगुती हिंसेला बळी पडणाऱ्या, संकटात सापडलेल्या कित्येक स्त्रियांना कुठे जावे, काय करावे हे कळलेच नसते. सर्व भारतीय स्त्रीपुरुषांना, विशेषत: मुलींना आणि त्यांच्या आईवडिलांना परदेशांतील स्थळ म्हणजे अत्यंत आकर्षक वाटते. अशा मुलाशी आपल्या मुलीचे लग्न व्हावे, ती आनंदात, वैभवात राहावी अशी स्वप्ने भारतातील आईबाबा बघत असतात. आजही हे आकर्षण कमी झालेले नाही. अशा अनेक मुलींची आजूबाजूला फसवणूक झालेली, त्यांना मारहाण झालेली उदाहरणे पाहूनही हे आकर्षण ओसरत नाही. अनेकदा परदेशात त्यांची मैत्रीण असते अन् या बायकोला चक्क घराबाहेर काढले जाते. परदेशात कोणताही सहारा नसलेल्या या मुलींना सहानुभूतीची, मैत्रीची आणि मदतीची गरज भासते.

फक्त भारतातच नव्हे तर सर्व पौर्वात्य देशांतील जनतेत हे आकर्षण दिसून येते. नोव्हेंबर २००० साली बोस्टन येथे 'एशियन फॅमिली व्हायोलन्स (पौर्वात्य कुटुंबातील हिंसाचार) यावर एक पाहणी अहवाल बनवला गेला. त्यात चिनी, कंबोडियन, कोरियन, दक्षिण आशिया आणि व्हिएतनामी स्थलांतरित कुटुंबांचा समावेश होता. पुढे मॅसॅच्युसेट्स राज्यातही अशी पाहणी केली, त्यातही कौटुंबिक हिंसाचार केंद्रस्थानी

ठेवलेला होता. या देशांतील स्त्रिया हिंसाचार सहन करत वर्षानुवर्षे अशा बिघडलेल्या नातेसंबंधात पिचत राहतात कारण त्यांची मनोवृत्ती पुरुषी सत्तेपुढे वाकणे अशीच असते. 'फोकस ग्रुप मेंबर्स' या संघटनेच्या तरुणांनी या अहवालाचा अभ्यास करून अशा मनोवृत्तीची कारणे शोधली आणि प्रकाशित केली.

लग्न झाल्यानंतर पत्नी ही पुरुषाची 'मालमत्ता' बनते. तिच्या आईवडिलांचा तिच्यावरचा हक्क संपुष्टात येतो.

एकदा लग्न झाले की तिच्या संसारात तिच्या आईवडिलांनी ढवळाढवळ करायची नाही. तिला कितीही त्रास झाला तरी तिने कुटुंबाकडे मदत मागू नये.

सासरची माणसे कौटुंबिक हिंसाचारात महत्त्वाची भूमिका बजावतात. विशेषत: हुंडा, मानपान यावरून अनेकदा भांडणे होतात.

छळ करणाऱ्या सासरला सोडून येणाऱ्या स्त्रीकडे कलंकित अर्थाने पाहिले जाते. तिचीच चूक आहे असे तिला समाजात वागवले जाते.

या हिंसाचारामध्ये पतीवरील आर्थिक अवलंबन, अमेरिकेच्या व्हिसाबाबतची गुंतागुंत, घटस्फोटानंतरच्या असुरक्षित आयुष्याची भीती आदी अनेक घटक गुंतलेले आहेत. ते स्त्रीला आणखी असहाय बनवतात.

'सहेली'ने अशा प्रश्नांवर कशा पद्धतीने काम करायला हवे याबद्दल मी त्यांना काही माझे विचार ऐकवले. यावरील उपाय माझ्या मते त्रिस्तरीय असायला हवेत. सर्वप्रथम अशा घटना घडू नयेत, म्हणून प्रतिबंधक उपाय अथवा जागृती होईल अशा पद्धतीचे उपाय हवेत. टीव्हीवरून वा इतर माध्यमातून भारतीय आईवडिलांना इकडच्या स्थळाबाबतचे आकर्षण फसवे असू शकते, चकाकणारे सर्व सोने नसते याबद्दल जागृत करणे. मुलगी देण्यापूर्वी मुलाची नीट चौकशी करून मगच लग्न ठरवावे, त्याचबरोबर परदेशात गरज पडली तर कोणत्या संस्थांची मदत घ्यावी याची आगाऊ माहिती मुलीला द्यायला हवी. व्हिसा घेताना अशी माहिती देण्याची सोय करता येईल अथवा अमेरिकन, भारतीय वा आशियातील टीव्हीवरून अशा संस्थांची माहिती देणारे कार्यक्रम मधेमधे प्रक्षेपित करून ही माहिती गरजू स्त्रियांना सहजपणे मिळेल अशी व्यवस्था करता येईल. कौटुंबिक हिंसाचार अहवालावरून ६७ टक्के हिंसाचार करणारे पुरुष स्वत: नैराश्याने ग्रासलेले अन् म्हणून चिडलेले असतात. इथे येताना पाहिलेली समृद्धीची स्वप्ने उद्ध्वस्त झाली की पत्नीला मारहाण केली जाते. अशा कुटुंबासाठी योगवर्ग, 'आर्ट ऑफ लिव्हिंग' सारखे अध्यात्माच्या जवळ जाणारे वर्ग किंवा रागाचे व्यवस्थापन कसे करावे यासारखे छोटे प्रशिक्षण वर्ग चालू करता येतील.

दुसरी उपाययोजना सध्या 'सहेली' राबवत आहे. ही मदतही आणखी विस्तृत पायावर करता येईल. कायद्याचा सल्ला, प्रशिक्षण, पैसे उभे करणे, कौटुंबिक सल्ला

देणे, खटले लढवताना मदत करणे याबद्दलची गरजूंना माहिती सहजपणे उपलब्ध व्हायला हवी. दूरदर्शनचा वापर करून, किंवा जनहिताच्या जाहिराती दाखवून गरजूंपर्यंत पोहोचता येईल.

तिसरा भाग हा इतर संस्थांसोबत जाळे विणून आपला विस्तार वाढवणे हा आहे. विशेषत: ज्यांनी या संस्थांकडून मदत घेऊन आपला मार्ग शोधला, त्यांनी पुढच्या गरजवंतांसाठी उभे राहणे हे नैतिक कर्तव्य मानायला हवे. विशेषत: आर्थिक बाबतीत अशा संस्थांना मदतीची गरज आहे. अशा संस्थांना मदत मिळवून देण्यासाठी समाजाने एकत्र येऊन प्रयत्न करायला हवेत.

फक्त इंटरनेटवर अवलंबून न राहता संपर्काची जेवढी जमतील तेवढी साधने वापरून गरजूंपर्यंत पोहोचायला हवे. कारण नव्याने भारतातून वा इतर आशियाई देशांतून आलेल्या तरुणी इंटरनेटपर्यंत सहजी पोहोचू शकत नाहीत वा त्यांना तेवढा सराव नसतो.

सध्या चालू असलेले कामही वाखाणण्यासारखे आहे. जोपर्यंत अमेरिकेतील वैभवाला भुलून भारतीय आईबाप आपल्या मुली आंधळेपणाने परदेशी स्थायिक तरुणाला देतात तोपर्यंत 'सहेली' सारख्या संस्थांची गरज आहे.

आपले अस्तित्व एकमेकांवर अवलंबून असते...

आपण जे वाचतो ते सर्वच आपल्या स्मृतीमध्ये ताजे राहते असे होत नाही. पण मी ज्या घटनेबद्दल लिहिणार आहे ती मात्र स्मृतीत राहावी अशी पक्की आहे. एका पाहणीनुसार आपल्या जीवनात घडणाऱ्या तीन चतुर्थांश दुःखदायक घटनांचे कारण आपली वागणूक असते. त्यामुळे त्या घटना टाळता येणे शक्य आहे, हा विचार मात्र मी वाचल्यापासून माझ्या मनात सतत येत राहिला आहे. आजच्या तरुणांकडे, त्यांच्या वागण्याकडे मी जेव्हा पाहते तेव्हा मला हा विचार आठवतो. याचा अर्थ फक्त तरुणाईलाच हा नियम लागू आहे असा कृपया कुणी समज करून घेऊ नये. फक्त या लेखापुरते माझ्या डोळ्यांसमोर तरुण आहेत. आजच्या तरुण मुलांना कुटुंबाच्या अपेक्षा, समवयस्क लोकांच्या सोबत येणारे तणाव, बाहेरच्या जगात येणारे विदारक अनुभव या सर्वांना सामोरे जाताना मनावर ताबा ठेवून वागणे खरोखर कठीण जाते आहे. पण या ताणतणावातून वाट काढण्यासाठी ते जो मार्ग पकडतात तो मला काळजी करण्यासारखा, धोक्याचा वाटतो. मी यावेळी दिवाळीच्या सुटीसाठी घरी गेले तेव्हा या वस्तुस्थितीकडे माझे प्रकर्षाने लक्ष वेधले गेले.

तरुणाईबद्दल माझ्या मनात अनेक प्रश्न आहेत. ते कुणाचे ऐकतात? त्यांचे आदर्श कोण आहेत? त्यांच्यावर कुणाचा परिणाम होत असतो? त्यांच्या मनात अधिक मौल्यवान कोणत्या गोष्टी आहेत? जीवनाबद्दल ते कसा विचार करतात? आईवडील आणि इतर वडीलधारे यांचे त्यांच्या जीवनात कोणते स्थान आहे? जबाबदाऱ्या आणि कर्तव्य यांचा त्यांच्या दृष्टीने नेमका अर्थ काय आहे? नैतिक मूल्ये आणि नीतिमत्ता यांच्या संकल्पना कोणत्या आहेत? धर्माचे स्थान काय आहे? सत्य आणि खोटेपणा यातील फरकाकडे ते कसे पाहतात? फक्त यश मिळवण्याकडे त्यांचे लक्ष आहे की त्यासाठी कोणती साधने वापरावीत याबद्दलचा विवेक ते बाळगतात? कुटुंबसंस्थेच्या पावित्र्याबद्दल त्यांचे काय मत आहे? लग्न, कुटुंब, मुले

आणि पालकत्व यांबद्दल त्यांनी विचार केला आहे का? त्यांच्या जीवनात पैशाचे स्थान आणि महत्त्व कितपत आहे? तो किती हवा आणि कोणत्या मार्गाने मिळवायला हवा याबाबत त्यांच्या काय कल्पना आहेत? ते बोलताना विचारपूर्वक बोलतात का? इतरांच्या वेदना, दु:खे याबद्दल ते कितपत संवेदनशील आहेत? इतर आपल्याबद्दल काय बोलतात याची ते पर्वा करतात का? त्यांना आपल्या कृत्याबद्दल पश्चात्ताप होऊन सुधारणा करावी असे कधी वाटते का? कुणी तसे सुचवले तर त्यांचे मन ते स्वीकारते का? वेळेचे महत्त्व ते जाणतात का? आज त्यांच्यापाशी जे आरोग्य, ऊर्जा आहे ती हळूहळू कमी होत जाणार याची त्यांना जाणीव आहे का? प्रश्नांची मालिकाच माझ्या मनात घोळत होती. प्रत्यक्षात आपण सर्व काय पाहतो? निसर्गाने तरुणांना बहाल केलेल्या मौल्यवान ऊर्जेचे म्हणजे तारुण्याचे वरदान ते फुकट घालवतात. उद्याचे प्रौढ आणि आजचे तरुण इतक्या चुका आणि गंभीर गुन्हे करताना दिसतात की आपल्या जीवनातल्या तीन चतुर्थांश समस्या त्यांच्या या वागणुकीमुळे उद्भवतात आणि सगळ्या समाजाला त्याची किंमत चुकती करावी लागते. त्यांना जो त्रास भोगावा लागतो तो त्यांच्या सोबत वडिलधाऱ्यांनाही होतो. कारण मुलांवर ते प्रेम करतात. या सर्वांचा गुणाकार होतो आणि समाजावर परिणाम होतो. सर्व सामाजिक समस्यांची किंमत समाजाला शेवटी चुकती करावी लागते.

अशा अनेक गुन्ह्यांबद्दल मी सांगू शकेन. सर्वांत पहिला आपला वेळ ते अनुत्पादक कामात फुकट घालवतात. उदाहरणार्थ, जुगार खेळणे, दारू पिणे, सिगारेटी ओढणे आणि अनैतिक संबंधातून उद्भवलेल्या गुंतागुंतीसाठी सर्वांनाच त्रास सहन करावा लागणे. आणखी एक ठळक दोष मला दिसतो तो म्हणजे पालक, शिक्षक, वडिलधाऱ्यांबद्दलना त्यांचा संपूर्ण अनादर. अधिकाधिक संख्येने झटपट पैसे मिळवायच्या मोहाला हे तरुण सहजपणे बळी जाताना दिसतात आणि त्याचे कारण म्हणजे त्यांची ही व्यसने अन् चैन यांच्या पूर्तीसाठी त्यांना पैसा हवा असतो. यशाच्या प्रसिद्धीचा हव्यासही त्यांना लवकरात लवकर तिथे पोहोचणाऱ्या कुमार्गांकडे घेऊन जातो. यश, प्रसिद्धी कष्टसाध्य आहे याचा त्यांना विसर पडतो.

अशा तरुणांचे असे प्रयत्न त्यांना लवकरच विनाशाकडे घेऊन जातात आणि त्याचे दुष्परिणाम— मग ते पैशाबाबत असोत वा मन:स्वास्थ्य असो, कुटुंबातील सर्वांनाच भोगावे लागतात. काही देशांमध्ये अशा तरुणांनी तुरुंग भरून वाहताहेत अन् तुरुंगव्यवस्था हा एक मोठा उद्योग बनला आहे.

आपल्या वर्तणुकीचा त्यांना जेव्हा पश्चात्ताप होतो, वस्तुस्थिती समजू लागते, त्या क्षणापासून

आपण एका मोठ्या चित्राचा एक छोटा भाग असतो आणि आपल्या वागणुकीने समाजावर बरेवाईट परिणाम होत असतात.

त्यांच्या आयुष्यातील समस्या दूर व्हायला सुरुवात होते. कारण प्रथम सुधारणेचा विचार मनामध्ये उगवतो आणि लगेचच त्याच्या प्रतिमा त्यांच्या वागणुकीत उमटतात. वाईट वागणुकीला आपोआप प्रतिबंध होतो. आपण सर्वांनी हे लक्षात ठेवायला हवे की, कुटुंब, आपले पालनपोषण, शिक्षण, प्रसारमाध्यमे हे सर्व घटक आपापला बरावाईट परिणाम तरुणांवर घडवत असतात. समाजाचा प्रत्येक घटक आपल्या चांगल्या वागणुकीमुळे समाजाला काहीतरी देतो अन् वाईट वागणुकीमुळे समाजाचे नुकसान करतो. त्यादृष्टीने प्रत्येकजण स्वतंत्र, सुटा राहू शकत नाही. आपण एका मोठ्या चित्राचा छोटासा का होईना भाग असतो अन् आपल्या वागणुकीचा त्यावर बरावाईट परिणाम होतो.

बुद्धीचीही अशी शिकवण आहे. कोणतीही व्यक्ती वा वस्तू सुटी, स्वतंत्र नसते. प्रत्येकाचे एकमेकांशी नाते असते आणि या नात्यामुळे आपण परस्परावलंबी राहतो. सुखे आणि दु:खे वाट्याला येताना या परस्परावलंबनाचा मोठा सहभाग राहतो.

३६

स्त्री सरपंच की रबरी शिक्के?

मी गेल्यावेळी भारतभेटीसाठी आले तेव्हा एका ग्रामीण प्रकल्पाअंतर्गत फार मोठ्या स्त्रीसमूहाला भेटायची मला संधी मिळाली. आम्ही ज्या खेड्यात आमचा प्रकल्प राबवत होतो त्या खेड्यातील ग्रामपंचायतीवर निवडून आलेल्या स्त्रियांना कारभाराचे प्रशिक्षण देणे हा त्या प्रकल्पाचा एक भाग होता. एकत्र गोळा झालेल्या स्त्रियांच्या मेळाव्यात पंच, सरपंच म्हणून निवडून आलेल्या स्त्रियांबरोबर इतरही अनेक स्त्रिया उपस्थित होत्या.

आमची अपेक्षा होती की स्त्रिया निवडून आल्यामुळे खेड्यापाड्यांतून नव्या उपक्रमांना सुरुवात झालेली असेल. स्त्रियांना प्रथमच अधिकार मिळाल्यामुळे त्यांचे अनुभव इतरांना मार्गदर्शक ठरतील. त्यांच्या बोलण्याला, शब्दांना आता किंमत आलेली असेल. एकूण ग्रामीण परिवर्तनाच्या दिशेने हे एक उचललेले पाऊल आहे हे त्यांच्या संवादातून आमच्यापर्यंत पोहोचेल. चहापाणी आटपले आणि आम्ही संभाषणाला सुरुवात केली. त्यातून जे हाती आले ते आम्हाला नवी दृष्टी देणारे ठरले. सत्य, वास्तव असे काही आमच्या हाती लागले. आमच्या संभाषणातील प्रश्न आणि उत्तरे यावरून वाचकांना त्याची कल्पना येईल.

प्रश्न : ग्रामपंचायतीवर निवडून आल्यावर तुम्हाला कसे वाटते आहे?

उत्तर : काहीच वाटत नाही. निवडून येण्याने काही फरक पडलेला नाही. आम्ही फक्त हो ला हो म्हणणरे रबरी शिक्के आहोत. आमचे पती समोर कागद ठेवतात, त्यावर आम्ही अंगठे उठवतो. ग्रामपंचायत भरते तेव्हा आम्ही कोपऱ्यात तोंडावर पदर घेऊन बसतो. आम्हाला काहीही बोलायला लाज वाटते.

प्रश्न : असे का करता तुम्ही?

उत्तर : कारण ते पुरुष आहेत. तेच सगळे व्यवहार पाहतात. आम्हाला काही

बोलता येत नाही कारण कुणी ऐकून घेत नाही. एवीतेवी आमच्या मतांना कुणी विचारतच नाही मग बोला कशाला? पुरुष सगळे बघून घेतात आणि आम्ही ते विनातक्रार स्वीकारतो. शेवटी त्यांनीच काय ते ठरवायचे आहे. आमची त्याबद्दल तक्रार नाही.

प्रश्न : तुम्ही स्त्रिया त्यांना हे वागणे चुकीचे आहे, आम्हाला आमचे अधिकार, आमच्या जबाबदाऱ्या पार पाडू द्या असे का सांगत नाही?

उत्तर : असे कसे सांगता येईल? आमच्याकडे तसे बोलायची सत्ताच नाही आणि बोललो तर कुणी ऐकूनही घेणार नाही.

प्रश्न : तुम्ही इतक्या स्त्रिया आहात, एकत्र येऊन परिणाम करू शकत नाही का?

उत्तर : आम्ही सुद्धा वेगवेगळ्या गटात विभागलेलो आहोत. खरे सांगायचे तर आम्ही स्त्रियाच एकमेकांच्या प्रमुख शत्रू आहोत. आमचे एकमेकींशी पटत नाही. सासू-सून, नणंद-भावजय, मुलगी-सून अशी आमच्यामध्येच भांडणे होत असतात. आमची भांडणे सुरू झाली की पुरुषच आवाज चढवून आम्हाला गप्प बसवतात. आमच्या घरची कामेही आम्हाला पार पाडावी लागतात. शेतीकाम, गुराढोरांचे काम, घरात पुरेसे धान्य, पाणी, चारा आहे की नाही हे सारे आम्हालाच पाहावे लागते. पुरुष राजकारण, मनोरंजन, चकाट्या पिटणे यांत मग्न असतात. पण तरीही तेच आमच्यावर सत्ता गाजवतात. कारण आमच्या समस्या घेऊन आम्ही त्यांच्याकडेच जातो. याचा ते पुरेपूर फायदा घेतात.

प्रश्न : यातून तुम्ही कसा मार्ग काढणार आहात? खेड्यातील विकासकामात तुम्ही स्त्रिया सहभागी होऊ शकाल अशी आशा तुम्हाला वाटते का?

उत्तर : हो, आम्हाला शिक्षण मिळायला हवे. एकमेकींशी कसे वागावे ते समजायला हवे. पण त्यापेक्षा महत्त्वाचे म्हणजे एकमेकींशी शत्रुत्व करण्याऐवजी एकत्र यायला हवे. आता तुम्हीच आम्हाला आम्ही काय करावे ते सांगा.

प्रश्न : तुम्ही सर्वजणी पंधरा दिवसांतून एकदा, इथे आम्ही तुमच्यासाठी प्रशिक्षण, जागृती कार्यक्रम घेऊ त्यासाठी याल का?

उत्तर : हो येऊ की, आजच्यासारखी बस पाठवलीत तर जरूर येऊ. (सर्वजणी हसत उत्तर देतात)

आम्ही सर्वांनी पंधरा दिवसांतून एकदा भेटायचे ठरवले. त्यावेळी करायचा कार्यक्रम आखला. त्याला नाव दिले 'शुभचिंतक' प्रकल्प. चाळीसहून अधिक स्त्रिया कार्यक्रमाला आल्या. भारताचा नकाशा दाखवून आम्ही त्यांना विचारले हे काय

आहे? तर उत्तर मिळाले हे मेलेल्या गाईचे चित्र आहे.

त्यानंतर हळूहळू प्रश्नोत्तरे होत गेली. संवाद साधला गेला आणि नंतर आमच्या लक्षात आले की, त्यांच्यामध्ये जागृती व्हायची गरज आहे आणि त्याची सुरुवात शिक्षणाने व्हायला हवी. सर्वप्रथम त्यांच्या मानसिक गुलामगिरीची कारणे त्यांना उमजायला हवीत.

यात पहिली मेख अशी आहे की, त्यांचे पुरुष अशा जागृतीला परवानगी देतील का? पहिल्या काही स्त्रियांना जरूर विरोध होईल. पण समाजसेवक म्हणून आपण त्यांना पाठिंबा द्यायला हवा. हे काम खूप मोठे आणि आव्हानात्मक आहे, पण देश म्हणून आपली सर्व शक्ती वापरायला हवी असेल तर स्त्रियांना दुर्लक्षून चालणार नाही. त्या सबल व्हायलाच हव्यात. स्त्रीशिक्षणानेच घराघरांतून, गावागावांतून स्त्रियांचे सक्षमीकरण होईल.

३७

काळाच्या तावडीत सापडलेल्या भारतीय स्त्रिया...

अमेरिकेच्या अलीकडील भेटीमध्ये मला भारतातील एका विशिष्ट प्रदेशातून आलेल्या स्त्रियांच्या मोठ्या गटाला भेटायची संधी मिळाली. त्या सगळ्याजणी मला काळाच्या एका भोवऱ्यात सापडून थिजलेल्या आढळल्या. त्यातील काहीजणींचा तर काळाच्या संदर्भात उलट्या दिशेने प्रवास चालला होता. भारतीय काळ, पौर्वात्य काळ याबरोबर सोडाच, साध्या वर्तमानात रुतून बसल्यासारख्या त्या स्थिर होत्या. भारतीय समाजजीवनातील समस्या मी भारतात नोकरी करत असताना पाहिलेल्या होत्या. अजूनही कित्येक स्त्रियांना अशा समस्यांना भारतात तोंड द्यावे लागते याची मला कल्पनाही आहे. त्याच समस्या इथे आणखी कठीण होऊन त्यांच्यासमोर उभ्या होत्या आणि त्यातून सुटण्यासाठी त्यांना दुसरी सुरक्षित जागाही नव्हती.

त्यातील प्रत्येक गोष्ट इथे विस्ताराने, तपशिलात सांगणे अप्रस्तुत होईल. अनेक स्त्रिया माझ्याजवळ येऊन सांगत होत्या, की घटस्फोटानंतर पुन्हा आयुष्य सुरू करण्यासाठी त्यांना फार त्रास होतो. आपले आप्तेष्ट भारतात असल्याने आधारहीन वाटते. त्यातील अनेकांना फसवण्यात आले होते. फक्त घरकाम करण्यासाठी, कष्टांसाठी त्यांना इथे आमिष दाखवून आणले होते. हुंडा मागणे, त्यासाठी मारहाण, नवऱ्याने दारू पिणे याही अत्याचारांना त्यांना तोंड द्यावे लागते.

या समस्यांबरोबर भारतात न राहता परदेशी राहत असल्याने काही विशिष्ट त्रासांनाही त्यांना तोंड द्यावे लागते. विशेषत: वयात येणाऱ्या मुलामुलींच्या आईवडिलांना पिढीच्या अंतराचा खूप त्रास होतो. आजूबाजूच्या मुलांचे पाहून ही भारतीय पालकांची मुले वडीलधाऱ्यांशी वाटेल तसा वाद घालतात. दुरुत्तरे करतात. त्यांची स्वत:ची ओळख जणू ते हरवून बसलेत. आपण नेमके कोण आहोत? भारतीय की अमेरिकन, याचा यांना संभ्रम पडतो. त्यांना आपले निर्णय

आपणच घ्यायचे स्वातंत्र्य हवे असते. मग ते निर्णय बरे आहेत की वाईट याबद्दल त्यांना फारशी फिकीर नसते. पालकांचे मुलांवर काहीच नियंत्रण राहत नाही. त्यांना उलट भीती वाटते की आपण मुलांवर बंधने घातली तर ती घर सोडून निघून जातील. ज्या स्त्रिया आपली भारतीय संस्कृती इथेही जपायचा प्रयत्न करतात, त्यांना आपल्या मुलांशी कसे वागावे हेच कळत नाही. मला पुढे असेही

कळले, की मध्यमवयातील यापैकी अनेक स्त्रियांना निराशेचे झटके येतात आणि त्यावर औषधोपचार करायची पाळी येते.

मध्यमवय उलटल्यावर या स्त्रियांना नेमके काय करायचे तेच कळत नाही. त्या कामात व्यस्त राहतील असे कामच त्यांच्यापाशी नसते. बहुतेकजणी आर्थिकदृष्ट्या तोवर संपन्न असतात. मग वेळ घालवण्यासाठी, नातवंडांचे वाढदिवस साजरे करण्यासाठी, ओल्या पार्ट्या देणे व घेणे किंवा आणखी मोठी, खर्चिक घरे घेऊन ती सजवत राहणे असले पोकळ उद्योग त्यांना करावे लागतात.

एका वर्तमानपत्रामध्ये एका भारतीय वंशाच्या पोलीस अधिकाऱ्याने म्हटलेले उद्गार माझ्या वाचनात आले आणि लक्षात राहिले. ''संवाद साधणे आणि समाजजीवनातील अनेक उपक्रमांत सक्रिय सहभाग घेणे या दोन गोष्टी केल्या तर तरुणाई वाचवता येईल.'' मुलांनी जर गुन्हेगारीकडे वळू नये असे वाटत असेल तर पालकांनी मुले लहान असल्यापासून त्यांच्याशी सतत बोलत, त्यांची मने समजावून घेत राहिले पाहिजे. त्यांच्या इच्छा मुलांवर लादू नयेत, मुलांनाही घरातील अन् बाहेरील सांस्कृतिक फरक सांभूळन घेण्याचा ताण येतो. त्यांना त्यांची ओळख हरवली आहे असे वाटते आणि हे एका अर्थाने खरेच आहे.

स्थलांतरित भारतीयांच्या तरुण गुन्हेगारांच्या टोळ्या आणि त्यांच्यामध्ये आढळणाऱ्या मादक, नशील्या पदार्थांच्या व्यसनाबद्दलही त्या लेखात लिहिले होते. एका व्यसनमुक्तीकेंद्राच्या जाहिरातीतही स्पष्ट उल्लेख होता की इथे इंग्रजी आणि हिंदी भाषिकांसाठी सोय आहे. ही काळजी वाटावी अशी वस्तुस्थिती आहे.

अशा परिस्थितीचा उद्भव होण्यासाठी मला वाटते पालक आणि काही अंशी समाजाला जबाबदार धरायला हवे. तिथल्या संपन्नतेला भुलून मुलांना मजा आणि सर्व गंमतीजमती पुरवताना पालकांनी त्यांना मूल्यविवेक, जीवनाबद्दलचा दृष्टिकोन, थोडक्यात जगण्याच्या कलेचेही धडे बालपणापासून द्यायला हवेत आणि मुख्यत: आपली स्वत:ची त्यांच्यासमोर असलेली प्रतिमा त्याला साजेशी ठेवायला हवी. जगण्याची कला अशी झटक्यात शिकता येत नाही. त्यासाठी आदर्श वर्तणूक मुलांसमोर असायला हवी.

पालक आणि समाजाने त्यांना याबाबत मार्गदर्शन करायला हवे. आता

त्याबद्दल जागृती आलेली मला जाणवते आहे. हे एक सुचिन्ह आहे असे मी मानते. दरम्यान बरेच नुकसान झाले असले तरी चांगल्या दिशेने जायला सुरुवात होते आहे.

३८

दुहेरी मूल्यव्यवस्था

'स्त्री आणि पुरुष अशी लिंगाधिष्ठित विभागणी मोडण्यासाठी कोणते उपाय योजावेत?' या विषयावर एक कार्यशाळा आयोजित करण्यात आली होती. दिल्ली विद्यापीठाच्या 'स्त्री विकास केंद्र' अन् झाकीर हुसेन महाविद्यालय या दोन संस्थांनी मिळून आयोजित केलेल्या या कार्यशाळेची मी उद्घाटक अन् व्याख्याती होते. रोजच्या जीवनात अशा लिंगाधिष्ठित विभागणीला बळकट करणाऱ्या बाबी कशा टाळता येतील यावर त्यामध्ये विचारमंथन होते. या विषयाचा अभ्यास असणारे अनेक नामवंत समाजशास्त्रज्ञ, शिक्षणतज्ज्ञ, लेखक, सल्लागार, संशोधक, विद्यार्थी आदी मंडळी तिथे हजर होती. माझ्या उद्घाटक म्हणून केलेल्या बीजभाषणात मी काही व्यावहारिक बाबींवर प्रकाश टाकला. त्यातून समाजात खोलवर रुजवलेल्या लिंगाधिष्ठित विभागणीस खतपाणी मिळत होते. सामाजिक विकास अन् प्रगतीसाठी अशी विभागणी सूचित करणाऱ्या बाबी टाळता येतील, असे माझे मत आहे.

त्यातील पहिली बाब दूरदर्शनवरील जाहिरातीसंबंधित आहे. आज दूरदर्शन हे अत्यंत प्रभावी माध्यम आहे, ते सर्वदूर पोचलेले आहे. त्यातून चुकीची लिंगाधिष्ठित मूल्ये समाजात जाऊ नयेत. कारण त्यावरील जाहिराती ग्राहक पुन:पुन्हा पाहत असतो. मी त्यांना वानगीदाखल आयुर्विमा महामंडळ अन् युनिट ट्रस्ट ऑफ इंडियाचे उदाहरण दिले. रोज दहा वेळा तरी त्यांच्या जाहिराती प्रसारित होतात अन् त्यातून स्त्री-पुरुष भेद स्पष्टपणे व्यक्त झालेला असतो. 'बचत करा' हा संदेश देताना 'मुलांच्या शिक्षणासाठी' अन् 'मुलींच्या लग्नासाठी' असे पुन:पुन्हा ग्राहकांच्या मनावर ठसवले जाते. त्यातून मुलांसाठी शिक्षण अन् मुलींसाठी लग्न अत्यंत महत्त्वाचे आहे असा संदेश जातो. अप्रत्यक्षपणे मुलांमधील गुंतवणूक ही बचत आहे तर मुलींसाठी खर्च करावा लागतो, असा अर्थ ध्वनित होतो. जणू मुलींना शिक्षण दिले तर पैसा लागत नाही वा मुलांच्या लग्नाला खर्च करायची गरज लागत नाही, हेही त्यातून

ठसवले जाते. हे सामाजिक वास्तव आहे, पण ते सतत जाहिरातींद्वारे दर्शकांच्या मनावर ठसवले जावे का? सामाजिक वृत्तीत बदल घडवायचा असेल तर एलआयसी वा युटीआयमध्ये मुलामुलींच्या शिक्षणांसाठी वा लग्नकार्यांसाठी बचत करा, इतका छोटासा बदलही पुरेसा होईल.

कॉलेजमधील वेगवेगळे उत्सव अन् आपले सणसमारंभ हे दुसरे उदाहरण. मला दिसते, इथेदेखील लिंगाधिष्ठित दुहेरी मूल्यव्यवस्था ठसवली जाते. कॉलेजच्या कोणत्याही उत्सवात फॅशन शो ठेवलेला असतो. तिथे छानछान पोशाख करून तरुणी रॅम्पवर चालत जातात अन् मुले शिव्या, टाळ्या, आरडाओरडा करत असतात. असे फॅशन शो किती गरजेचे आहेत, ते काय शिक्षण देतात याबद्दल मला शंका आहे. मला स्वत:ला वाटते, की मुलींनी आपल्याला याहून कितीतरी अधिक सर्जनशील कृतीमध्ये स्वत:ला गुंतवून घ्यावे. संगीत, नाटके, प्रहसने, प्रश्नमंजूषा आदी स्पर्धा मुलींच्या आणि मुलांच्या सर्वांगीण विकासासाठी आवश्यक आहेत. मुली कशा दिसतात, कशा चालतात, स्वत:च्या रूपाबद्दल सजग राहतात यापेक्षा बौद्धिक विकास अधिक महत्त्वाचा आहे.

धार्मिक सण अन् व्रतांबाबत मी असेच म्हणेन. विशेषत: अनेक हिंदू सणांमध्ये पत्नी नवऱ्यासाठी त्याच्या आरोग्यासाठी, दीर्घायुष्यासाठी उपासतापास करताना दिसते. एकही सण असा नाही, की त्यासाठी पती पत्नीसाठी व्रत करतो. 'करवा-चौथ' सारखा सण हा दोघंही, म्हणजे पतीपत्नीसाठी साजरा करायला काय हरकत आहे. त्यामुळे पत्नीचा सामाजिक सन्मान अन् आदर वाढेल यात मुळीच शंका नाही. डोक्यावरून पदर घेणे वा बुरखा घालणे हे फक्त स्त्रीसाठीच का बंधन आहे? तिने सूर्य पाहूच नये का? ही सर्व बंधने स्त्रियांवर कोण घालते? आपणच ना? आपण स्त्री आणि पुरुष यांनी बनलेला समाजच असे रीतिरिवाज समाजात रुजवतो अन् स्त्रिया या विभागणीला मुकाटपणाने मान्यता देतात. या रूढीबद्दल कुणीच आवाज उठवत नाही. त्याविरुद्ध विद्यार्थ्यांचा वा स्त्रियांचा संघटित आवाज उठवल्याचे मला दिसत नाही.

स्त्रीचे लग्न झाले की लाल सिंदूर, हिरव्या बांगड्या वा काळ्या मण्यांचे मंगळसूत्र विवाहाची ठळक निशाणी म्हणून तिच्या अंगावर कायमचे चढते, पण पुरुषांचे काय? विवाहित पुरुषांसाठी अशी एखादी ठळक निशाणी आहे का? आणि ठरवली तरी पुरुषप्रधान समाज तिला मान्यता देईल का? सर्व बंधने स्त्रियांसाठीच का असावीत आणि त्याही निमूटपणे वर्षानुवर्षे विरोधाचा सूर न काढता ती का स्वीकारत आहेत?

समाजात बदल घडवायचा असेल, तो बदल वेगाने घडायचा असेल, तर एकत्रित प्रयत्न व्हायला हवेत. तसे होताना दिसत नाही म्हणून वर्षानुवर्षे त्याच रूढी पुढे नेल्या जातात. त्यातून लिंगाधिष्ठित फरक अधिक ठळकपणे अधोरेखित होतात, समाजमनावर बिंबवले जातात. आम्हीच आमच्या मुलींवर हे सर्व लादतो. त्यांना त्यांच्या स्वत:च्या अंत:शक्तीची समज पूर्णपणे ओळखण्यापासून वंचित ठेवतो. मुलींना शिक्षित करून जेव्हा आपण दुसऱ्या घरी पाठवतो, तेव्हा त्यांना आपण सुशिक्षित सून म्हणून देत असतो अन् जेव्हा शिक्षित मुलगी घरी आणतो तेव्हा घराला सुशिक्षित सून मिळते. याचे भान प्रत्येकाने ठेवले, स्त्रीला तिच्या शक्तीची जाणीव करून देऊन सासरी पाठवले, तर तशीच मुलगी आपल्याही घरात येईल.

जे आपल्याला हवे आहे, ते समाजाला आपण दिले तरच मिळू शकेल याचे भान प्रत्येकाने ठेवायची गरज आहे. आपल्या धर्मातल्या ज्या अनिष्ट रूढी, रीतिरिवाज आहेत ते नाहीसे करायचे असतील तर अशा छोट्या छोट्या, पण संघटित प्रयत्नांची गरज आहे. दुहेरी मूल्यव्यवस्था राबवत राहिले तर दुटप्पी वृत्तीचा समाज त्यातून निर्माण होईल. आज तसेच घडताना दिसते आहे. त्याचा दोष आपण कुणाच्या माथी ठोकणार आहोत?

३९

या कायद्याला समजून घ्या अन् हिंसाचार टाळा

कधी कधी निसर्ग कसा मदतीला येतो याची मला गंमत वाटते. मी हा लेख लिहिताना रश्मी नावाची एक तरुण मुलगी मला भेटायला आली. सोबत तिने तिचे नवे पुस्तक 'वुमन ऑफ एलेमेंट्स'' मला भेट देण्यासाठी आणले होते. तिची अन् माझी यापूर्वीही याच पुस्तकाच्या संदर्भात भेट झाली होती. या पुस्तकात मी प्रस्तावना लिहावी अशी विनंती तिने मला त्या भेटीत केली होती.

पण ही भेट वेगळी होती. मी तिला या पुस्तकामागचे प्रयोजन विचारले तेव्हा ती म्हणाला ''घरात होणारा हिंसाचार, त्यातून उद्‌भवणाऱ्या वेदना हा, हे पुस्तक लिहिण्यामागचा हेतू आहे.'' मी विचारले, ''अशा हिंसाचाराचा बळी कोण आहे?'' तेव्हा ती म्हणाली, ''मी स्वत:च.'' या विषयी मला आश्चर्याचा धक्का बसला. कारण मी याच विषयासंबंधित लेखन करत होते. घरात होणाऱ्या हिंसाचाराविरुद्ध जो नवा कायदा झाला आहे त्याबद्दल लोकांमध्ये जागृती करावी हा माझ्या लेखाचा उद्देश होता. ऐकीव माहितीवर कुणी विसंबून राहू नये असे मला वाटत होते.

रश्मीच्या परवानगीने तिने सांगितलेली हकिकत मी इथे कथन करत आहे.

''मॅडम बेदी, आज सकाळी मी उठले, संगीताची धून सुरू केली, एक कप चहा प्यायले, पेपर वाचला, मुलाला उठवण्यासाठी गुदगुल्या केल्या अन् मुलीला कुशीत घेतले. माझी रोजची सकाळ आता अशी सुंदर उगवते.

''पण माझ्या आयुष्यातील लग्नानंतरची पहिली दहा वर्षे अशी नव्हती. सकाळी उठताना मला भीतीच्या छायेखाली घाम फुटत असे. आज मला कोणत्या शिव्या मिळणार आहेत, कसा मार पडणार आहे, राग सहन करावा लागणार आहे याचा विचार मनात प्रथम येत असे. ती दहा वर्षे लांब बाह्याचे अन् उंच कॉलर असलेले, शरीर पूर्ण झाकणारे कपडे घालून मी मारहाणीच्या खुणा लपवायचा प्रयत्न करत असे.

''माझे लग्न घरच्यांनी ठरवून केले होते. त्यापूर्वी दोनतीन वर्षे मी एका जाहिरात

संस्थेत नोकरी करत होते. स्त्रियांना होणारी मारहाण ही समाजाच्या सर्व आर्थिक अन् सामाजिक स्तरांत पसरलेली आहे. स्त्री म्हणून होणारी मारहाण गुपचूपपणे सहन करणे, त्याविरुद्ध शब्दही न उच्चारणे ही आम्हा स्त्रियांची फार मोठी चूक आहे असे मला वाटते. सभ्यपणा, संस्कार या लेबलखाली आपण स्त्रिया सहन करत राहतो. गप्प बसतो.

"पहिली पाच वर्षे तर मी माहेरी याबद्दल बोलले नाही. माझी मुलगी चार वर्षांची असताना काळानिळा चेहरा आणि मोडलेली बरगडी घेऊन मी पहिल्यांदा माहेरी गेले. तसा हा मारहाणीचा पहिलाच प्रसंग नव्हता. त्यापूर्वी अनेकदा असा हिंसाचार माझ्या वाट्याला आला होता, पण त्या वेळी प्रथमच मी याविरुद्ध काहीतरी करायला हवे अशी ऊर्मी माझ्या मनात जागी झाली होती, पण मग माझा नवरा पाठोपाठ माझ्या माहेरी आला, रडला भेकला, पुन्हा असे करणार नाही अशी याचना केली अन् मी परत सासरी आले. मला दुसरे मूल झाले आणि माझ्या नवऱ्याने धमकावत म्हटले 'आता तू कधीच मला सोडून जाऊ शकत नाहीस.' त्यानंतर त्याच्या मारहाणीत आणखी वाढ झाली.

"घरी सासू होती, पण तिच्यामुळे समस्या आणखी वाढत गेल्या. 'आईवडील आपले हातपाय छाटून देखील मुलीची घरे भरत असतात.' 'बायकोला संपत्ती, उत्पन्न, याबाबतीत काही सांगू नये.' अशी मुक्ताफळे ती नेहमी उधळत असे. खरे म्हणजे घराच्या सर्व आर्थिक व्यवहारांच्या नाड्या तिच्याच हातात असतानाही ती असे बोलत असे. जेव्हा मला मारहाण होई तेव्हा ती शहाजोगपणे म्हणे, 'त्यात काय झाले, ते तुझे नशीब आहे.

"दक्षिण दिल्लीमध्ये असलेल्या त्या भल्यामोठ्या घरात मला फरशीवर झोपावे लागे. सोबत कानावर शब्द येत, आमच्या घरी सर्व गोष्टी सुनेच्या घरून यायला हव्यात अशी रीत आहे. म्हणून मी काम करू लागले. छोटी छोटी कंत्राटे, प्रकल्प मिळवले, पैसा कमवून घर घेतले. त्यात पडद्यापासून कार्पेटपर्यंत वस्तू घेऊन ते सजवले. नवऱ्याने एक दमडीही खर्च केला नाही.

"जसा काळ गेला तसा नवऱ्याचा बाहेरख्यालीपणा आणि मारहाण वाढली. मुलांवर त्याचे परिणाम स्पष्ट दिसू लागले. माझी बुद्धिमान मुलगी शांत, मिटल्यासारखी कुढू लागली. मुलगा तर गप्प गप्प झाला. मोठ्याने आवाज झाले की आपल्या कोषात बंद व्हावे तसा तो मिटून जाई. शाळेत त्याला विशेष मदतीची गरज असलेल्या गटात पाठवले गेले. त्याचे कारण त्याला शिकण्यात काही समस्या नव्हत्या, पण भावनिक समस्या होत्या.

''मला तर जगण्यातच रस उरला नव्हता. मी रोज मरत होते. मुलांकडे बघून मला वाटे, माझे काहीतरी बरे वाईट झाले तर त्यांचे काय होईल? मग मी ठरवले, मुलांसाठी आणि स्वत:साठी लढायचे. कुठूनतरी धैर्य गोळा केले आणि मुले माझ्या आजीकडे सोडून माझे स्वातंत्र्य मिळवले. भरपूर त्रास सोसून अन् पैसे गमावून मी शेवटी स्वतंत्र झाले. आज मी स्वयंभू स्त्री आहे. पंचमहाभूतांतून नव्याने जन्म घेतल्यासारखी राखेतून पुन्हा उभी राहिली आहे. वायू, जल, अग्नी, पृथ्वी सर्व माझ्या ठायी आता वसते आहे.''

रश्मीची हकिकत ऐकली आणि वाटले, की मला या लेखाद्वारे जे सांगायचे आहे त्यामध्ये काही दिवसांपूर्वी झालेल्या नव्या कायद्यासंबंधीची हकिकत आहे, तो कायदा आधीच झाला असता तर? रश्मीला त्याची माहिती असती तर? तिने त्याचा धैर्याने वापर केला असता तर? तर तिच्या नवऱ्याला आणि सासूला आपली वागणूक बदलावी लागली असती किंवा वर्षभर तुरुंगात तरी जावे लागले असते. घरगुती हिंसाचाराविरुद्ध झालेला कायदा इथे मला विस्ताराने सांगायचा आहे. या हिंसाचारात अनेक गोष्टींचा अंतर्भाव केलेला आहे. शारीरिक आणि मानसिक छळ सोसणाऱ्या स्त्रीच्या वतीने कुणीही तक्रार करू शकतो. मॅजिस्ट्रेट घरातल्या मंडळींना बोलावून जाब विचारू शकतात. त्यांना सुनावणे, शिक्षा देणे, वागणूक सुधारण्याबद्दल तंबी देणे असे करू शकतात. हे सगळे कायद्याने वैध आहे. त्यांची आज्ञा पाळली नाही तर दंड वा वर्षभराची कैद वा दोन्हीला तोंड द्यावे लागते.

या कायद्याअंतर्गत विशेष संरक्षक अधिकारी नेमता येतो किंवा एखाद्या स्वयंसेवी संस्थेला अधिकार देऊन घरी तपासणीसाठी वागणूक सुधारली आहे का हे पाहण्यासाठी पाठवता येते.

हा कायदा आधी झाला असता तर रश्मीला संरक्षण मिळाले असते. मुलांना इतका त्रास सहन करावा लागला नसता. ती आपल्याच घरात राहू शकली असती. अन् सासूला संरक्षण अधिकाऱ्याचा वचक बसला असता. नव्या कायद्याने हे सर्व शक्य झाले आहे.

ज्यांना खरोखर गरज आहे अशा स्त्रियांसाठी हा कायदा केलेला आहे. तो सासरच्या माणसांविरुद्ध खोटेपणाने वापरण्यासाठी केलेला नाही आहे. मॅजिस्ट्रेट्स आणि संरक्षण अधिकारी हे स्त्रीधार्जिणे वा पुरुष विरोधी नाही आहेत. दुःख भोगायला लागू नये म्हणून आधीच काळजी घेण्यासाठी त्यांची नेमणूक झालेली आहे.

४०

अर्थगर्भ प्रश्न

भारतात आजही स्त्रियांना स्वतंत्र व्यक्ती म्हणून स्थान नाही आहे.

समोरच्या श्रोत्यांमध्ये जगभरातून आलेले अनेक 'फुलब्राईट' ही प्रतिष्ठेची शिष्यवृत्ती मिळालेले, वेगवेगळ्या क्षेत्रातील तरुण उपस्थित होते, 'भारतीय स्त्रियांचे आजच्या काळामधील समाजातील स्थान' या विषयावर आमची चर्चा घडणार होती. सर्व जण शिक्षणक्षेत्रातील तज्ज्ञ असल्याने मला कुठून सुरुवात करावी असा संभ्रम पडला होता. मी फक्त शैक्षणिक दृष्टिकोन समोर ठेवून माझे विचार मांडावेत वा सत्य, वास्तवाचे चित्रण त्यांच्यासमोर करावे असा मलाच प्रश्न पडला होता. मला कोणत्याही टोकाची भूमिका करताना पाहिलेल्या वास्तवावरून माझे विचार मांडायचे होते. दोन्ही संस्था कुटुंब कल्याणाशी संबंधित सल्ला सेवा पुरवत होत्या. मला तिथेही काही अनुभवायला मिळालेले होते.

कोणताही वक्ता सगळे विचार काही मांडू शकत नाही. आपण त्यांना दृष्टिकोन घ्यावा आणि त्यांना विचारप्रवृत्त करावे. म्हणजे ते पुन्हा प्रश्न विचारतील अन् उत्तरातून त्यांना हवे ते मिळू शकेल. मी त्यांच्यासमोर मला दिसणारे आजच्या वास्तवाचे चित्र उभे केले. खालील काही प्रसंगांतून आजच्या समाजातील स्त्रीचे स्थान त्यांना उमजेल असे मला वाटले. सोबत काही प्रश्नही उपस्थित करणे मला गरजेचे वाटले.

१) मुलगी कुठे जन्माला आली आहे? कोणत्या कुटुंबात ती वाढली आहे? तिचे पालक, आई-वडील, आजी-आजोबा कसे आहेत? त्यांची वृत्ती, आर्थिक स्तर, उत्पन्नाची साधने कोणती आहेत? धर्म, जात, रीतिरिवाज कोणते आहेत? भावंडे किती आहेत? मुलीपेक्षा मुलांना वाढवताना झुकते माप दिले जाते का?

२) जन्म शहरी भागात झाला आहे का ग्रामीण भागात? तो मागास आहे की विकसित भाग आहे? प्रवासाची, शिक्षणाची, संपर्काची, व्यवसाय शिक्षणाची कोणती साधने तिथे उपलब्ध आहेत?

३) शाळा किती अंतरावर आहे? काय दर्जाची आहे? कोणते शिक्षक तिथे काम करतात, मुलामुलींकडे लिंगाधिष्ठित फरक मनात ठेवून त्यांची वागणूक असते का? आसपासचा परिसर कसा आहे? इंग्रजी येते का? शाळेची धोरणे कोणती आहेत? शाळा सरकारी, खासगी वा मिशनरी लोकांकडून चालवली जाते का?

४) स्त्रीला उच्च माध्यमिक, कॉलेज शिक्षण, विद्यापीठ, व्यवसाय शिक्षण घेण्याच्या संधी तिथे उपलब्ध आहेत का? भारतीय स्त्रीचे स्थान वर उपस्थित केलेल्या सर्व प्रश्नांच्या उत्तरावर अवलंबून आहे. इतर अनेक घटकही तिच्या एकूण परिस्थितीवर परिणाम करत असतात. अर्थात मुलांनाही या समस्यांना तोंड घ्यावे लागते, पण मुलींसाठी वयात येईपर्यंत परिस्थिती अनेक तऱ्हेने परिणामकारक ठरत असते. ती कुटुंबांवर, समवयस्कांवर अवलंबून असते. काही वेळा तिची सामाजिक कोंडी होते. अगदी श्वास घुसमटेपर्यंत तिच्यावर बंधने लादली जातात. इथेच प्रश्न थांबत नाहीत. तिला उत्तम घरी जन्म मिळाला. शिक्षण देणारे, व्यक्तिमत्त्व विकासासाठी सर्वतोपरी मदत करणारे, प्रोत्साहन देणारे मातापिता लाभले. ती व्यवसाय शिक्षण घेऊन आल्यावर तिचे समाजातील स्थान ठरते. आजकाल मुलींना पुढे येण्यासाठी मदत करणाऱ्या आईवडिलांची संख्या वाढते आहे, पण भारतीय स्त्रीचे खरे स्थान तिच्या लग्नाशी निगडित आहे. ती कुणाशी लग्न करते? कसे करते? सोबत किती, काय आणले आहे? नवरा कसा आहे? घरचे लोक, विशेषत: सासू कशी आहे? ती कशी सुरक्षित आहे? सासूच्या अपेक्षा, स्वभाव कसा आहे?

५) स्त्रीच्या पतीच्या काय अपेक्षा आहेत? तिने केव्हा आई व्हावे, किती मुले होऊ द्यावी असे त्याला वाटते? या संदर्भात तिची मते ग्राह्य धरली जातात का? तिला आर्थिक स्वातंत्र्य आहे का? तिला थोडेफार हक्क दिले जातात का?

६) तिच्या माहेरच्या कुटुंबाबद्दल तिला कितपत स्वातंत्र्य दिले जाते. गरज असेल तर तिला माहेरी मदत करता येईल का? तिची इच्छा असली तर ती कशी मदत करता येते का?

७) सर्वात महत्त्वाचे म्हणजे ती मुलाची आई आहे का? किती मुलगे तिला आहेत? कारण त्यावर ती भविष्यकाळासाठी सुरक्षित आहे असे मानले जाते. भारतातील पालक, विशेषत: स्त्रियांसाठी, मुलगे असणे सुरक्षिततेचे गमक समजले जाते. मुलगे मोठे होऊन कोणत्या स्थानी पोहोचतात त्यावर तिचे समाजातील स्थान उंचावत जाते.

या सर्वांवर त्या स्त्रीचे 'आहे रे' आणि 'नाही रे' गटात विभागणे अवलंबून असते. 'नाही रे' गटातील स्त्रिया या निराश, परावलंबी, गुलामी सोसणाऱ्या, सर्व प्रकारच्या दु:खाने पिडलेल्या असतात. त्यांना वापरले जाते, बंधनात ठेवले जाते, क्वचित संरक्षित पिंजऱ्यात ठेवून त्यांची पूजा केली जाते. 'आहे रे' गटातील स्त्रिया

नेता असतात, विचारवंत, लेखक, स्वतंत्रपणे अस्तित्व असलेल्या, अधिकारावर असलेल्या, संशोधक, राजकीयदृष्ट्या समाधानी असलेल्या, देवी मानल्या जाणाऱ्या असतात.

हा फरक मुख्यत्वेकरून त्या स्त्रिया कोणत्या घरी जन्म घेतात, त्यांना कोण मोठे करते आणि भोवतालची परिस्थिती त्यांना कोणता आकार देते, त्यांना हवे ते करू देते का? यावर अवलंबून असतो. अशा स्त्रियांची संस्था वाढते आहे यात शंका नाही. दहा लाखांहून अधिक स्त्रिया ग्रामपंचायत, सहकारी संख्या यामध्ये सत्तास्थानी आहेत. तर काहींचे पती सत्तास्थानी असल्याने त्याही सबला आहेत.

पण अशा स्त्रियांची संख्या जरी वाढली तरी लोकसंख्यावाढ अधिक वेगाने होत असल्याने 'नाही रे' गटातील स्त्रियांची संख्या त्याहून वाढते आहे. शंभर कोटींवर लोकसंख्या पाहोचली आहे अन् त्यात स्त्रियांचे दरहजारी प्रमाण, स्त्रीभ्रूणहत्येमुळे वा बालमृत्यूंमध्ये मुलींची संख्या जास्त घटते आहे. पुरुषप्रधान व्यवस्थेचे हे परिणाम आहेत. अलीकडे ऐकलेली एक बातमी मला अस्वस्थ करते आहे. एका खेड्यात योग्य वयाची मुलगी लग्नासाठी उपलब्ध नसल्याने नवऱ्याला बाजूच्या गावातून मुलगी विकत घ्यावी लागली.

मुलीपेक्षा मुलगे पसंत करणाऱ्या समाजामध्ये स्त्रियांना विकत घेणे, पळवणे हे प्रकार वाढणारच. आजच्या भारतीय समाजामध्ये आर्थिक सुबत्ता, उच्च शिक्षणाची उपलब्धता याचबरोबर हेही एक वास्तव नांदते आहे.

मी जे म्हणते, की आज भारतामध्ये स्त्रीला अजूनही स्वतंत्र ओळख मिळालेली नाही ते याचमुळे. कोणतीही स्त्री इथे आधी मुलगी, पत्नी, आई, बहीण, सून वा सासू असते. स्वतंत्रपणे स्वतःची ओळख असलेल्या स्त्रिया अगदीच नाहीत असे नाही, पण त्यांची संख्या अगदी कमी आहे.

आणि इथे आपण अपवादाबद्दल बोलण्यासाठी जमलेलो नाही.

४१

ते माझे ऐकतील का?

काही राज्यांमध्ये आजही प्रशिक्षण देण्याचे धोरण निश्चित नाही.

या पंधरवड्यात माझ्या आयुष्यात बऱ्याच घटनांना साक्षी रहायची वेळ आली आणि त्यातून मी बरेच काही शिकू शकले, प्रेरणा मिळाली असे माझ्या वाट्याला आले. त्यातील पहिली घटना होती मुसलमान स्त्रियांचे प्रशिक्षण, दुसरी होती एकशेवीस स्त्री-पुरुष अधिकारी वर्गाशी चर्चा करणे आणि तिसरी एका पोलीस पुस्तिकेचे अनावरण झाले. त्यामध्ये पोलिसांनी लिंगाधिष्ठित गुन्हेगारीला तोंड देताना काय पथ्ये पाळावीत याबद्दल मार्गदर्शन केले होते. या तीनही घटनांमध्ये वेगवेगळ्या स्तरावरच्या स्त्रिया हा समान धागा होता आणि त्यांचे कल्याण हे केंद्रस्थानी होते.

पहिल्यांदा मुसलमान स्त्रियांबद्दल सांगते.

मुसलमान स्त्रियांना प्रशिक्षण देण्याच्या कार्यशाळेचा समारोप प्रसंग होता. उदार मुसलमान दाते आणि एका परदेशी बँकेच्या सहकार्याने ही कार्यशाळा आयोजण्यात आली होती. बंद दरवाज्यामागच्या मुसलमान स्त्रियांच्या गरजांना वाचा फुटताना पाहणे हा एक हृदयस्पर्शी अनुभव होता. त्यातील काहींनी या कार्यशाळेत आलेल्या अनुभवांबद्दल, त्यातून स्वतःत झालेल्या बदलाबद्दल सांगितले. अशा प्रकारचे प्रशिक्षण त्यांना पहिल्यांदाच मिळत होते.

यातील अनेक जणी या प्रशिक्षण कार्यक्रमाला उपस्थित राहताना बुरखा घालून बसल्या होत्या आणि त्यांच्यासमोर मी पोलीस गणवेशात उभी होते. माझे भाषण त्यांनी लक्षपूर्वक, चेहऱ्यावर आश्चर्यमिश्रित भाव ठेवून ऐकले. त्यांच्या चेहऱ्यावरचे अन् पर्यायाने डोळ्यांवरचे पडदे हटवायला त्या आणखी किती काळ घेणार हा विचार माझ्या मनात साहजिकपणे येऊन गेला. त्यांच्या पुरुषांनी परवानगी दिली तर त्या पडद्यातून बाहेर येतील का? बुरखा घालण्याचा निर्णय त्यांनी स्वतः घेतला होता की त्यांच्या पुरुषांनी त्यांच्यावर लादला होता? धर्मावर श्रद्धा म्हणून त्या बुरखा घेत

होत्या का? हे प्रश्न त्यांना विचारायचे होते.

सर्वांना सर्व संधी देणाऱ्या माझ्या भारतदेशातील हेही एक वास्तव आहे. त्या स्त्रियांना 'स्व-आधार गट' (सेल्फ हेल्प ग्रुप) ही संकल्पना ठाऊकच नव्हती. स्त्रियांच्या स्वआधार पतसंस्थांनी खेड्यापाड्यांत घडवलेल्या क्रांतीबद्दल त्यांना काहीदेखील ठाऊक नव्हते. या वर्षी अर्थमंत्र्यांनी आपल्या अर्थसंकल्पीय भाषणात त्याबद्दल विशेष गौरवाने उल्लेख

काही राज्यांमध्ये आजही प्रशिक्षण देण्याचे धोरण निश्चित नाही.

केला होता. बायका टेलीव्हिजन फक्त करमणुकीसाठी फक्त पाहतात. ज्ञान-माहिती देणारे कार्यक्रम क्वचित पहातात हे आणखी एकदा मला कळून आले. असे प्रशिक्षण कार्यक्रम आवश्यक आहेत आणि प्रयत्न केला, इच्छा असली तर प्रसारमाध्यमे जे शिक्षण देतात ते घेता येते. स्त्रियांच्या या फार मोठ्या वर्गाकडे सरकारने अन् गैरसरकारी सामाजिक संस्थांनी लक्ष द्यायची वेळ आली आहे.

पुढे प्रश्नोत्तरे झाली तेव्हा त्यांच्या एका प्रश्नाचे माझे उत्तर पचवणे त्यांना जड गेले. 'घर आणि काम या दोन्ही आघाड्या तुम्ही कशा सांभाळल्या?' हा त्यांचा प्रश्न होता आणि माझे उत्तर होते, 'कुटुंब अगोदर मर्यादित ठेवा.' प्रेक्षकांतील अनेक स्त्रियांना अशी स्वप्रवत परिस्थिती प्रत्यक्षात येऊ शकते याची कल्पना नव्हती. खरे म्हणजे वीसपंचवीस वर्षांपूर्वीपासून देशातील अनेक भागांत राहणाऱ्या स्त्रियांना आपले कुटुंब मर्यादित ठेवणे शक्य झालेले आहे.

पण सर्व जागी परिस्थिती अशीच नाही! देशातील उच्च सरकारी अधिकाऱ्यांच्या प्रशिक्षण कार्यक्रमात मी गेले तेव्हाचा अनुभव वेगळा होता. अधिकाऱ्यांशी चर्चा, प्रश्नोत्तरे संपवून मी जेव्हा गाडीकडे परतू लागले, तेव्हा एका स्त्रीअधिकाऱ्याने मला सोबत केली. गाडीजवळ आल्यावर ती म्हणाली, "मॅडम, माझ्या हाताखालचे पुरुष अधिकारी माझे ऐकून घेतील का? माझ्या हातून चूक झाली किंवा मी त्यांना त्यांच्या कामाची पद्धत बदलायला सांगितली तर त्यांची प्रतिक्रिया सकारात्मक असेल का? एक स्त्री म्हणून माझे वर्चस्व ते मान्य करतील का?"

मी क्षणार्धात प्रतिक्षिप्त क्रिया व्हावी तसे उत्तर दिले, "म्हणजे काय? ते ऐकणारच! पण तुझी तयारी कितपत आहे, तुझ्या अधिकारी प्रशिक्षणाने तुला नेमके काय दिलेय, ते तू कसे वापरतेस यावर त्यांची वागणूक अवलंबून राहील. तुझा आत्मविश्वास कितपत आहे आणि विधायक सूचना आल्या तर हाताखालच्या अधिकाऱ्यांकडून ऐकून घ्यायची तुझी तयारी आहे का? कारण कदाचित त्यांना तुझ्यापेक्षा जास्त माहिती असू शकते."

आपल्यासमोरचा व्यावसायिक रस्ता कठीण, अडथळ्याने भरलेला आहे याची जाणीव तिला विशेषत्वाने झाली असणार. आता ही स्त्री पडद्यात नव्हती. तिने उच्च

अधिकारी श्रेणीत निवड होण्याची कठीण पात्रता फेरी पार केली होती, पण तरीदेखील तिला स्वत:ची खात्री वाटत नव्हती. हाताखालचे पुरुष अधिकारी आपल्या आज्ञा पाळतील याबद्दल तिच्या मनात शंका होत्या. असे वाटणारी ती एकटीच स्त्री अधिकारी होती का? मला वाटते, नाही!

तिसरी घटना पुरुषांना स्त्रियांच्या संरक्षणाच्या संदर्भात प्रशिक्षण कसे द्यावे याच्याशी संबंधित आहे. पोलीस खात्यातील पुरुष अधिकाऱ्यांसाठी एक मार्गदर्शन पुस्तिका प्रकाशित झाली होती अन् त्यात स्त्रियांसाठी केलेले कायदे राबवताना पुरुष अधिकाऱ्यांनी कोणते मार्ग स्वीकारावेत याबद्दल सूचना होत्या. मला त्या पुस्तिकेवर समीक्षात्मक बोलायचे होते. ही प्रशिक्षण पुस्तिका सामाजिक संशोधन करणाऱ्या दिल्लीस्थित 'सेंटर फॉर सोशल सायन्स रिसर्च' या संस्थेतर्फे निर्माण केलेली होती. त्यात अगदी उपयुक्त सूचना केलेल्या होत्या. पोलीस शिक्षकांनी उमेदवार अधिकाऱ्यांना, स्त्रियांवर होणाऱ्या घरगुती हिंसाचाराच्या अन् स्त्रियांना वाममार्गाला लावणाऱ्या गुन्ह्याच्या केसेस कशा हाताळाव्यात याबद्दल माझ्या मनात शंका होत्या. कारण मला ठाऊक होते, पोलीस प्रशिक्षण ही अत्यंत महत्त्वाची गोष्ट आहे हे अजून तिथल्या अधिकाऱ्यांना पटलेले नाही. ज्यांना तिथे प्रशिक्षक म्हणून पाठवले जाते, त्यांना ती आपली अवनती वाटते. जोपर्यंत प्रशिक्षण देणे ही प्राथमिकता आहे असे वरिष्ठ अधिकाऱ्यांना वाटत नाही, तोपर्यंत अशा उत्तम मार्गदर्शक पुस्तकांचा उपयोग कितपत होऊ शकेल? आपण सर्व राज्यांतील प्रशिक्षण कार्यक्रमाचे धोरण एकत्र अभ्यासले तर आपले चांगलेच डोळे उघडतील असे मला वाटते. काही राज्यांनी तर असे धोरण ठरवलेले आहे की नाही, याबद्दल मला शंका आहे. दिल्लीसारख्या प्रगत राज्यामध्ये काही वर्षांपूर्वी असे काही नियम, सूचना अस्तित्वात नव्हत्या. पक्के धोरण आखलेले नव्हते.

दहशतवादाशी मुकाबला, नक्षलवादी चळवळ, जातीय दंगली, स्त्रियांवर होणारे अत्याचार हाताळणाऱ्या अधिकाऱ्यांच्या प्रशिक्षणाबाबत इतकी उदासीनता!

कुणी ऐकते आहे का?

४२

आपला आवाज कसा पोहोचेल?

स्वत:च आपल्या कामाबद्दल मूल्यमापन करत रहा. बाहेरील घटकांवर स्वीकृतीसाठी अवलंबून राहू नका. त्याने परावलंबी व्हाल.

या पंधरवड्यात मी व्यावसायिक स्त्रियांच्या राष्ट्रीय परिषदेला उपस्थित होते. समोरच्या श्रोते स्त्रिया अधिकारी, व्यवस्थापक अशा मध्यम स्तरावरच्या नोकऱ्या करणाऱ्या होत्या. मला त्यांच्याशी चर्चा करण्यासाठी निमंत्रित केले होते.

मला विचारलेला पहिला प्रश्न होता, ''आम्हा स्त्रियांचा आवाज योग्य जागी कसा ऐकू जाईल?''

तुम्ही तुमची पात्रता सिद्ध करा, आवाज आपोआप पोहोचेल. तुम्ही किती मोठ्याने बोलता यावर आवाज पोहोचेल की नाही हे अवलंबून नसते, तर तुमच्या व्यावसायिक क्षमता किती उजव्या आहेत यावर तुमचे ऐकून घेतले जाते. एकदा तुम्ही स्वत:ला सिद्ध करून दाखवा, तुम्ही गप्प राहिलात तरी पुन:पुन्हा विचारणा होत राहील, तुम्हाला बोलायला लोक भाग पाडतील. अधिकतर तुमचे मौनच अधिक बोलके ठरेल. सहकारी तुम्हाला बोलण्यासाठी उद्युक्त करतील, तुमचे मन जाणून घ्यायचा प्रयत्न करतील. तुमची किंमत आपोआप वाढलेली असेल.

तुमच्याकडे जर काही खरोखर महत्त्वाचे, किंमत असलेले बोलण्यासारखे असेल तरच बोला. सतत शिकत राहणे आणि लक्षपूर्वक ऐकणे ही वृत्ती ठेवली तर तुमच्याबद्दलचा आदर वाढतो आणि तुम्ही लोकांच्या नजरेत भरता. आपले अस्तित्व ठसवण्यासाठी वा फक्त बोलायचे म्हणून बोलण्यासाठी तोंड उघडू नका. जेव्हा बोलण्यासारखा ऐवज हातात असेल तेव्हाच बोला.

बोलताना आवाजाची पट्टी उंच नसावी. मोजक्या शब्दांत, हळुवार आवाजात बोलावे. तुमचा स्वत:चा आवाज नीट ऐका. आधीच्या वक्त्याचे दृष्टिकोन चुकीचे आहेत असे तर मुळीच बोलू नये, त्याचे विश्लेषण करू नये. त्यांच्या मताबद्दल

आभार माना अन् तुमची वेगळी मते मांडा. तुमच्या कर्तृत्वाबद्दल श्रोत्यांना खात्री असेल, तर ते जरूर ऐकून घेतात, तुमची मते मुद्दाम विचारतात. फक्त बोलायचे म्हणून तुम्ही बोलता असे जर श्रोत्यांना वाटले, तर ते तुम्ही कधी थांबता याची वाट पाहतात, कधीकधी तुम्हाला थांबवण्याचा प्रयत्नही करतात. थोडक्यात काय, तर तुमचे कर्तृत्व आणि कुवत यावर तुमच्या आवाजाचे पोहोचणे अवलंबून असते. ते तुमच्याकडे असेल तर लोक तुमच्या बोलण्याची वाट पाहतात, किंमत ठेवतात, तेव्हा आवाज वाढवण्यापेक्षा आपली कुवत, आपल्या क्षमता वाढवाव्यात.

दुसरा प्रश्न होता, ''आपण आपली किंमत, गुणवत्ता कशी वाढवावी?''

''आपल्या चोख कामाचा आपणच आदर ठेवावा. निर्णायकता आणि रोजची भरपूर तयारी असेल तर हे शक्य होते. अनेक स्त्रिया आपले वैयक्तिक प्रश्न वा घरातील समस्या उद्भवल्या तर काम थांबवतात. ते चुकीचे आहे. बाकी सर्व कामाइतके व्यावसायिक कामही महत्त्वाचे, समांतर मानायला हवे. त्यासाठी वेळ नि वैयक्तिक अवकाश द्यायलाच हवा. आई, पत्नी, सून, आदी नाती महत्त्वाची मानून अनेक स्त्रिया कामाला दुय्यम लेखतात. काही वेळा तेवढी गरज नसूनही घर प्राथमिकता मानतात. अशाने स्त्रियांना इतर सर्वजण गृहीत धरू लागतात. विशेष प्रशिक्षण असले तर त्यासाठी तुम्ही आपणहून पुढे यायला हवे. काळाबरोबर रहायला हवे. आपल्या क्षेत्रातील आधुनिक ज्ञान सतत मिळवत रहायला हवे. व्यवसायात केंद्रस्थानी रहायचे तर शिकणे उद्यावर ढकलून चालणार नाही.

तिसरा प्रश्न होता, ''आपल्याकडे दुय्यम काम दिले तर काय करावे?''

''आपण त्याच दुय्यम कामाला महत्त्वाचे मानून पार पाडावे. त्या कामाला आपले सर्वस्व द्यावे. ते काम उत्तम तऱ्हेने करण्यासाठी मार्ग शोधावेत. त्यात नावीन्य आणून त्या कामाला मोठे केले की तुम्हीही मोठ्या व्हाल. त्या कामाला स्वीकारावे की नाही हा निर्णय एकदा घेतल्यावर त्यात जीव ओतून काम करा. ते नावडीचे आहे म्हणून खंत करू नका. जरी ते काम तुमच्यावर लादले गेले असले, तरी हीच भूमिका ठेवा. परिस्थिती हवी तशी नसेल तर त्या कामाशी जुळवून घ्या. त्याची जबाबदारी मनापासून स्वीकारा. अनाथाप्रमाणे त्याला वाऱ्यावर सोडून नका. त्याची जोपासना करा. निगा राखा. तुम्ही खंतावत राहिलात, त्या कामाकडे दुर्लक्ष केलेत तर तुम्ही कामाबरोबर स्वतःलाही शिक्षा देता. अशी शिक्षा तुम्ही दिलीत तर हाताखालचे लोक दुखावले जातात. कारण नेतृत्वासाठी, मार्गदर्शनासाठी ते तुमच्याकडेच पाहत असतात. कामे विकसित करणे, त्यांची काळजी घेणे, आणि हाताखालच्या

लोकांना त्यांच्या कामाची पावती देणे महत्त्वाचे आहे. क्षणभर थांबून विचार करा. तुम्हीसुद्धा तुमच्या वरिष्ठांकडून याच अपेक्षा करत असता. बाहेरच्या घटकांवर अवलंबून राहिलात तर लोक तुमचा गैरफायदा घेऊ शकतात. स्वतंत्र कामाचे यश निर्भेळ असते, त्याची सवय लावून घ्या. कोणाचेतरी उपकार घेऊन यश मिळवले तर ती देवघेव ठरते. तुम्हाला विशेष सूट देणारे मग तुमच्याकडून अपेक्षा करतात अन् त्या पुऱ्या करताना तुम्हाला तुमच्या कामाबाबत वा वैयक्तिक बाबतींत तडजोड करावी लागते. मिळणारी बक्षिसे, यश सहजपणे तुमच्या वाट्याला येऊ द्या. दुय्यम वाटणाऱ्या कामात इतका रस घ्या की इतरांना आश्चर्य वाटेल. तुमचे काम तुम्हाला समाधानी, आनंदी कसे काय ठेवते याबद्दल इतर चर्चा करतील. तुमच्या तक्रारी ऐकून घ्यायला कुणाकडेही वेळ नाहीये. अशा कामात देखील शोधल्या तर संधी सापडतात. तुम्हीच स्वत:ला ओळखत असाल तर त्या दिसतील. स्वत:च्या अंतरंगात डोकावून पाहिलेत तर तक्रारीला वाव रहाणार नाही. मग मी त्या स्त्रियांना, ''मी तुम्हाला प्रश्न विचारू का?'' असे विचारले. होकार आल्यावर मी बोलले.

''तुमची पुढची पिढी काय करते आहे?''

उत्तर आले, ''त्यातले फार थोडे संबंध ठेवण्यात रस दर्शवतात.''

श्रोत्यांतील बहुतेक स्त्रिया मध्यम वयाच्या म्हणजे पन्नाशीच्या आसपास होत्या. फार थोड्या तिशीतील असाव्यात.

मी म्हटले, ''तुम्ही तुमचे काम पुढच्या पिढीपर्यंत पोहोचवायला हवे. त्यांना तयार करायला हवे. आपल्या कामाचा ठसा उमटायला हवा. स्त्रिया जेव्हा नेतृत्व करतात, तेव्हा अडचणीकडे सकारात्मक दृष्टीने पाहून पुढे गेल्या तर त्यांना सहकार्य मिळते. त्यांनी घेतलेले निर्णय योग्य असले तर स्त्री म्हणून कुठेही बाधा येत नाही अशी उदाहरणे आहेत, तुरळक असतील, पण आहेत.''

शेवटी मला वाटले की पुरुषव्यवस्थापकांनाही या समस्या भेडसावत असणार. अर्थात हेही खरे आहे, पण व्यवस्थापक स्त्रीला मात्र अधिक समस्यांना तोंड घ्यावे लागते. त्याचे कारण म्हणजे आत्ता कुठे अशा स्त्रियांची पहिली पिढी कार्यरत आहे. हळूहळू लोकांना सवय होईल. पुरुषप्रधानता असलेली कार्यसंस्कृती स्त्रियांनी निर्माण केलेली नाही. ती वारसाहक्काने आलेली आहे.

पण हा बदल होताना, काळ आपली किंमत स्त्रियांकडून वसूल करतो आहे. पुढच्या पिढीला आपला वारसा देताना स्त्रियांनी सोबत कडवटपणा देऊ नये. मग दुय्यम काम दिले जाते, डावलले जाते, या तक्रारीला वाव रहाणार नाही. आपले कुणी ऐकत नाही ही तक्रारही कमी कमी होत जाईल.

४३

गणवेशधारी स्त्रिया : कोण आहेत या?

भारतीय संस्था, विशेषत: गणवेशधारी सेवा अजूनही स्त्रियांनी नेतृत्व करावे या विचारांशी सहमत नाहीत.

या लेखाचा उद्देश गणवेशधारी सेवांमध्ये असलेल्या स्त्रियांची गणती करणे, टक्केवारी काढणे हा मुळीच नाही, पण या स्त्रिया कोण आहेत हे जाणून घेणे असा आहे. हिरवी वा खाकी वर्दी, निळे वा जंगलात वावरण्यासाठी पानाचे डिझाईन असलेले गणवेश, नौदलाचा निळ्या किनाऱ्याचा वा शुभ्र पांढरा या वेशातील स्त्रिया इथे कोणता उद्देश मनात ठेवून येतात आणि ते सफल होतात का? त्यांच्या वाट्याला नेमके काय येते?

या सर्व स्त्रिया ठरवून, प्रेरणा घेऊन या सेवांमध्ये प्रवेश घेतात. तेव्हा त्यांना कोणत्या कार्यसंस्कृतीत वावरावे लागते याचाही या लेखनात मला आढावा घ्यायचा आहे. त्यांची अपेक्षा असते तसे घडते का? की प्रत्यक्ष कार्य करताना त्यांना आश्चर्याचे धक्के सोसावे लागतात. त्याच्याशी या स्त्रिया कसे जमवून घेतात. त्याचबरोबर या वेगवेगळ्या व्यवस्था त्यांना कसे स्वीकारतात, सहन करतात, त्यांना काय देतात, कोणती मूल्ये पेरतात, त्यांना आदर देतात की नाकारतात? या स्त्रियांना कामाबद्दल पेरतात, वाटते की जमवून घेतो आहोत, जखडले गेलो आहोत, भ्रमनिरास झाला आहे किंवा उद्ध्वस्त झालोय असे त्यांना वाटते.

या सर्व गणवेशधारी सेवा प्रधान्याने पुरुषांच्या वर्चस्वाखाली आहेत यात दुमत नाही, या स्त्रिया त्या पुरुषांशी एक टीम म्हणून जमवून घेतात का? निमूटपणे काम करतात की स्वत:ची वेगळी वाट चोखाळतात? काही एकाकी पडतात आणि त्यांना सतत नको त्या जागी आहोत असे वाटत राहते. त्यांच्या हाताखालचे पुरुष, सहकारी, वरिष्ठ आणि नेते लिंगाधिष्ठित फरकाशी जमवून घेतात का? कारण असा

फरक निश्चितच सर्वत्र आहे. या संस्था त्यांना त्यांच्या कर्मावर सोडून देतात की त्यांना मदत करतात, विकसित करतात, काम शिकवतात अन् सक्षम बनवतात? या संख्येमध्ये असे काही लिखित वा अलिखित धोरण आहे का? जेणेकरून गणवेशधारी सेवांमध्ये स्त्रियांचा वावर, काम करणे सहजसुलभ होईल. त्या स्वीकारल्या जातील, त्यांना आदर मिळेल, उत्साह वाढेल आणि मग आणखी अनेकजणी त्या सेवांकडे आपोआप आकृष्ट होतील?

वरील सर्व प्रश्न माझ्या मनात उद्भवायचे खास कारण आहे. मी जे पाहिले आहे त्यातून या प्रश्नांचा उगम झाला आहे. काही प्रसंग, घटना मी इथे नमूद करू इच्छिते.

चित्र क्रमांक एक

आज गणवेशधारी सेवांमध्ये येणाऱ्या स्त्रिया फक्त गंमत वा वरवरचे आकर्षण म्हणून येत नाहीत. त्यांच्यावर कुणी तशी सक्तीही करत नाहीत. त्या येतात कारण त्यांना इथे यायचे असते. वरिष्ठ पदाची आस न धरता त्या आपले स्वप्न पुरे करण्यासाठी गणवेश घालून आपण कुणीतरी खास व्हावे या आत्यंतिक इच्छेमुळे त्या इथे येतात. आपण उत्तम काम करावे, व्यवसाय निष्ठेने करावा अन् पुढे जावे असे त्यांना वाटत असते.

इथे कष्ट आहेत हेही त्यांना ठाऊक असते. आपण निवडलेली नोकरी साधीसुधी नाही याचीही त्यांना जाणीव असते. आपले काम चिकाटी, सहनशीलता, मानसिक बळ, याची मागणी करणारे आहे, त्यात धोकाही आहे हे त्यांना ठाऊक असते. सतत फिरावे लागेल, कुटुंबापासून दूर रहावे लागेल याची कल्पना असते. तेवढी किंमत द्यायची त्यांनी तयारीही असते. स्वतःवर त्यांचा विश्वास असतो. काही गोष्टींचा त्याग करून कामाचे समाधान मिळवणे, आपल्या क्षमतांना पूर्ण वाव देणे आणि कुटुंबीयांना अभिमान वाटेल असे काम हातून घेणे हे त्यांच्या मनात ठसवलेले असते. या नोकरीमुळे आपण सबल होऊ अन् अपवादात्मक ठरू याचीही त्यांना कल्पना असते.

चित्र क्रमांक दोन

ज्या स्त्रिया या गणवेशधारी सेवेत येतात त्या हुशार, धैर्यशील आणि आपण काय करणार आहोत, कोण बनणार आहोत याबद्दल ठाम असतात, हे मला विशेषत्वाने सांगायचे आहे. इतके गुण असल्याशिवाय त्या या सेवेसाठी निवडल्या जाऊच शकत नाहीत. इथे प्रवेश घेण्यासाठी ज्या कठीण

शारीरिक अन् मानसिक परीक्षा घेतल्या जातात, त्यात त्यांना कोणतीही सवलत न मिळता पार पाडाव्या लागतात. त्यांना सेवेत घेणाऱ्या संस्थांनाही त्यांची गरज असते. समाजाच्या ज्या सेवा या संस्था देतात त्या परिपूर्ण असाव्यात, सर्व दृष्टीने हितकारी असाव्यात, म्हणून या स्त्रियांना इथे येऊ दिले जाते.

चित्र क्रमांक तीन

पोलीस सेवेचेच उदाहरण घ्या. समाजाच्या प्रत्येक घटकासाठी पोलीससेवा जरुरीची आहे, पण प्रत्यक्षात स्त्रीपोलीस अधिकाऱ्यांची संख्या अगदीच नगण्य आहे. विशेषत: प्रशिक्षण, निर्णयप्रक्रिया, सेवेचे धोरण ठरवणे यात त्यांना जवळजवळ डावलले जाते. एकूणच पोलीसखात्यातील स्त्रीअधिकारी विशेषत्वाने काम करत आहेत असे चित्र दिसत नाही. याचा अर्थ स्त्रिया सक्षम नाही आहेत असा नसून त्यांना निवडून वेगवेगळी कामे सोपवून त्यांच्या क्षमता विकसित करून, प्रशिक्षण देऊन पुढे येण्यासाठी खास प्रयत्न केले जात नाहीत.

शेवटी सत्य हेच आहे, की स्त्रिया अशा परीक्षांना, आव्हानांना, मनाने, बुद्धीने अन् क्षमतेने तोंड घ्यायला तयार आहेत, पण त्यांना नोकरीत घेणाऱ्या संस्थांची तशी तयारी नाही. त्यांच्या संस्कृतीत अजूनही स्त्रिया अशा पारंपरिक कल्पनांत जखडल्या गेलेल्या आहेत. अजूनही वडील किंवा भावाप्रमाणे त्यांना सांभाळावे, पोसावे ही वृत्ती खात्याच्या मनातून पूर्णपणे पुसली जात नाही. नवऱ्याप्रमाणे आपण निर्णय घ्यावेत अन् बायकोप्रमाणे स्त्रीअधिकाऱ्यांनी त्यांना मान तुकवावी! अजून एक पिढी गेल्याशिवाय यात बदल संभवत नाही. स्त्रिया जेव्हा खात्याच्या कारभारात पुढे येतील, तेव्हाच बदल दिसू लागतील आणि तेव्हाच स्त्रियांची खरी कसोटी लागेल. आज याचीच भीती वाटते की काय, असे चित्र दिसते आहे. स्त्रिया गणवेशात येऊन स्वत:ला सिद्ध करतील का?

मी स्वत: पुरुषांबरोबर अनेक स्त्रियांना पोलीससेवेचे प्रशिक्षण दिलेले आहे. मला स्त्रिया या सेवेबद्दल पुरुषांपेक्षा जास्त गंभीर, समर्पित वाटल्या, पण पुढे प्रत्यक्ष सेवेत मात्र त्यातल्या कुणी विशेषत्वाने दिसल्या नाहीत. मग ते गस्त घालणे, गुन्ह्याचा तपास लावणे, वाहतूक अधिकारी म्हणून प्रत्यक्ष रस्त्यावर येऊन वाहतूक सांभाळणे, मोठमोठ्या व्यक्तींना सोबत करणे किंवा पोलीसचौकीत अधिकारी म्हणून वावरणे अशी प्रत्यक्ष कामे असोत, त्यात त्या प्रभावी ठरल्या नाहीत हे खेदाने नमूद करावे लागत आहे. अल्पवयीन गुन्हेगारी, हरवलेल्या मुलांचे तपासकाम वा कल्याणकारी केंद्रे चालवणे अशा खास स्त्रिया कर्तृत्व दाखवू शकतील, त्या क्षेत्रातही त्यांची चमक अभावानेच आढळते. स्त्रिया आणि मुले यांच्या कल्याणकारी कार्यक्रमात त्या थोड्याफार फक्त दिसतात.

ज्या स्त्रियांना आव्हाने स्वीकारून स्वत:ला सिद्ध करायचे आहे त्यांनाही पारंपरिक भूमिका असलेलीच कामे दिली जातात. काहींना त्यांना पुरेसा अनुभव घेऊ द्यावा असा विचार करून उतारवयात पुरुषी कामे दिली जातात. मग त्या तेवढ्या उत्साहाने काम करत नाहीत, फक्त उरकून टाकतात. त्या वयात त्यांची कुटुंबेही अधिक वेळ मागतात. मग या स्त्रियाही अपयशाच्या भीतीने नकारात्मक भूमिका घेतात. तरुण वयात शिकायची तडफ असते, उत्साह असतो, त्याच वेळी त्यांना आकार द्यावा लागतो. त्या वेळी संधी मिळाल्या नाहीत तर हळूहळू त्याही चाकोरीबद्ध कामात अडकत जातात अन् वाट्याला येते त्यात समाधान मानतात. एखादी अपवादात्मक 'सुश्मिता' मग निराश होऊन आत्महत्या करते.

दरम्यानच्या काळात गणवेशातील स्त्रिया उत्तम प्रशिक्षण मिळूनही संधीअभावी, अनुभवाअभावी, विशेष कौशल्याची कामे न मिळाल्याने मागे पडतात. पर्यायाने समाजाला आणि राष्ट्राला त्यांच्या हातून होऊ शकणाऱ्या उत्तम सेवेपासून वंचित रहावे लागते. उत्तम दर्जाची स्त्रीशक्ती वाया जाते.

गणवेशातील यशस्वी पुरुषाच्या मागे बहुतेक वेळा त्याची पत्नी खंबीरपणे उभी राहते; पण यशस्वी स्त्रीमागे मात्र तिचे कुटुंब उभे राहते, तिचा पती नाही, असे चित्र दिसते. एखादा अपवाद असू शकेल, मी नाकारत नाही.

भारतीय गणवेशधारी सेवा अजून स्त्रीच्या नेतृत्वासाठी तयार आहेत असे वाटत नाही. स्त्रियांनीच आता आपले कर्तृत्व सिद्ध करून नवे मार्ग खोदावेत. त्यासाठी कुणाच्याही आदेशाची त्यांनी वाट पाहू नये!

४४

अन्यायी देव

निसर्गनियम बदलता येत नाहीत, पण परिस्थिती नक्कीच बदलता येते.

देवाने पुनरुत्पादनाचे काम स्त्रीवर लादून तिच्यावर अन्याय केला आहे का? एक संपूर्णपणे अवलंबून असणारा जीव तिला सर्वस्व अर्पून मोठा करावा लागतो. स्त्रीला परावलंबी, बंधनात जखडलेली, दुय्यम ठरवण्यासाठी त्याने हे हेतुपूर्वक केले असेल का?

मातृत्वाचा पहिला लगेचच जाणवणारा परिणाम म्हणजे गरोदरपण, बाळंतपण, त्यात होणारी शरीराची गुंतवणूक, मुलाचे संगोपन करण्यासाठी तिला एका जागी जखडून रहावे लागते. मूल स्वत:ची काळजी घेईपर्यंत सतत त्यांच्यासोबत रहावे लागते.

'जन उदय' या स्वयंसेवी संस्थेच्या अन् इंडियन मेडिकल असोसिएशनच्या सहयोगाने आयोजित केलेल्या एका सेमिनारमध्ये मी बोलत होते. स्त्रियांसाठी असलेल्या या सेमिनारमध्ये पुरुषांची लक्षणीय उपस्थिती पाहून मला आश्चर्यच वाटले. स्त्रियाही खूप होत्या. आहारतज्ज्ञ, स्त्रीरोगतज्ज्ञ, समाजशास्त्रज्ञ, मानसशास्त्रज्ञ तिथे मार्गदर्शन करण्यासाठी उपस्थित होते. भावी मातांसमोर उभ्या असलेल्या गरजा, आव्हाने, मुले वाढवताना येणाऱ्या समस्या याबद्दल तिथे बरीच चर्चा होणार होती.

अनेक तज्ज्ञांनी आकडेवारीसह आपली मांडणी केली होती आणि निसर्गाने स्त्रियांवर अन्याय केला आहे, असे माझ्या आधीच्या वक्त्यांनी जवळजवळ सिद्ध केलं होते. गरीब-श्रीमंत स्त्रिया असा इथे भेदही नव्हता आणि भारतीय स्त्रिया तर करोडोंच्या संख्येने या अन्यायाला तोंड देत होत्या. गरीब आणि एकाकी स्त्रीला तर गरोदरपण म्हणजे दुःख

> *निसर्गनियम बदलता येत नाहीत, पण परिस्थिती नक्कीच बदलता येते.*

"

आणि वेदनेला एकटीने झुंजणे आहे. अशा परिस्थितात स्त्रीसमोर कोणत्या समस्या असतात ते आधी सांगितले होते. एक म्हणजे अनेकदा स्त्रिया अपघाताने वा लादले गेल्यामुळे गरोदर राहतात. गरोदर राहण्यावर तिचे नियंत्रण नसते. काही वेळा ही स्त्री अल्पवयीन असते. गरोदर राहणे म्हणजे काय? हेही तिला ठाऊक नसते. तिच्या पोटातील बाळाचा बाप तिची काळजी घ्यायला हवी या कल्पनेपासून कोसभर दूर असतो. ती आई व्हायला सक्षम आहे की नाही याचीही त्याला पर्वा नसते. बऱ्याच वेळा मायेचे, आधार देणारे कुणीही जवळ नसते. सगळे काही चांगले होईल या आशेवर ती नऊ महिने ढकलते. मुलगा होईल अन् मग मुलाचा बाप सुधारेल अशी तिला आशा असते. 'नवज्योत' या कुटुंबकल्याण सेवाकेंद्राचे काम करताना मी अशा अनेक माता पाहिल्या आहेत. पालक होणे आणि नगरसेवक, आमदार, खासदार होणे या दोन अत्यंत जबाबदारीच्या जागा आहेत, पण ते होण्यासाठी कोणतेही प्रशिक्षण कधी दिले जात नाही. त्याचप्रमाणे या दोन क्षेत्रांत काम करणाऱ्या लोकांना सल्लासेवा देण्यासाठीही पात्रतेचे निकष ठरलेले नाहीत. राष्ट्राच्या भवितव्याशी निगडित अशा दोन महत्त्वाच्या जबाबदाऱ्या पेलणाऱ्या पालक नि निर्वाचित सदस्य या दोघांसाठी प्रशिक्षण आवश्यक आहे ही कल्पनाच इथल्या समाजात अजून रुजलेली नाही. पालक होणाऱ्या अनेक जोडप्यांना पालकत्व म्हणजे काय याची काहीच कल्पना नसते. होणारी माता तर अगदीच अनभिज्ञ असते. काही इतक्या अल्पवयीन अन् अजाण असतात, की चारपाच महिने होईपर्यंत आपण गरोदर आहोत हेच त्यांना समजत नाही. मला अशी एक मुलगी ठाऊक आहे की ती सहा महिन्यांची गरोदर होती अन् हे तिचे दुसरे मूल होते. तिला वाटले, की तिचे उगाचच वजन वाढते आहे. नवरेही अनेकदा बेफिकीर किंवा अज्ञानी असतात. गूल होणाऱ्या बायकोची काळजी घ्यायची असते हेच त्याला ठाऊक नसते. प्रत्यक्ष बाळंत होताना वडील कधीच सोबत नसतात. जन्मलेल्या मुलाला हातात उचलायला अनेक बापांना भीती वाटते. बाळंतपणाच्या वेळी स्त्रीला प्रचंड वेदनांना तोंड द्यावे लागते हे त्यांच्या गावीही नसते. मुलाला वाढवण्यासाठी किती कष्ट पडतात, किती त्रास होतो हे फक्त आईलाच कळते.

तिच्या शरीरातील सर्वोत्तम ते सारे काही मुलाला जन्म देण्यात अन् दूध पाजण्यात खर्च होते. एका बाळंतपणात तिचे सारे सत्त्व शोषले गेल्याने तिच्यासाठी काही उरत नाही. तिचे जणू वय होते अन् तो मात्र तसाच तरुण राहून पुढच्या मुलाची तयारी करू लागतो. मुलांत अंतर कमी राहिल्याने ती दुर्बल, अशक्त निपजतात. स्त्री तर गुरासारखी, पुन्हा पुन्हा गर्भपात वा पुढचे मूल यांच्यामध्ये शरीराची झीज भरून घ्यायची संधी न मिळता चक्रामध्ये फिरत राहते.

कधीकधी मनात विचार येतो, ही पात्रता देवाने पुरुषांना दिली असती तर... तर

त्यांचे बाळंतपणात मृत्यू झाले असते का? त्यांना अपुरे अन् मिळाले असते का? त्यांच्या बाळंतपणाच्या वेळी पत्नीने त्यांना वाऱ्यावर सोडले असते का? कामधंदा सोडून त्यांनी मुले वाढवली असती का? देशाची लोकसंख्या शंभर कोटींवर न्यायची घटना घडली असती का? मुली झाल्या म्हणून त्यांचा घरामध्ये छळ झाला असता का? त्यांनी तो सहन केला असता का? मग स्त्रियांवर बलात्कार झाले असते का?

अनेक अबोल स्त्रियांना तोंड दाबून हे सहन करताना पाहिले की कुणाचेही हृदय द्रवेल. आता निसर्गाचे नियम बदलू शकत नाहीत, पण माणसाची भोवतालची परिस्थिती नक्कीच बदलू शकते. त्यासाठी फक्त संवेदनशील, हृदय हवे, माणुसकी हवी.

मला वाटते, देवानेही आता आणखी थोडा विचार करायला हवा!

स्त्रीसारख्या राहा, पुरुष बनू नका!

आपल्या यशासाठी जे कारणीभूत ठरले त्यांना त्याचे श्रेय द्या.

या वर्षाचा 'महिला दिन' माझ्यासाठी महत्त्वाचा ठरला. माझ्यासोबत वक्त्या म्हणून बसलेल्या स्त्रिया या मोठमोठ्या पदांवर, स्वकर्तृत्वाने पोचलेल्या होत्या. ब्रिटानिया, मायक्रोसॉफ्ट, आयबीएम, जेपीमॉर्गन आयसीआयसीआय बँक सारख्या नावाजलेल्या कंपन्यांच्या प्रमुख कार्यकारी अधिकारी असलेल्या या स्त्रिया सत्तास्थानी राहून नेतृत्व करत होत्या. समोरचे प्रेक्षकही त्याच तोलाचे होते. सभागृह व्यवसायिक उच्चपदी असणाऱ्या, स्वतंत्र बिझिनेस सांभाळणाऱ्या, गुणवत्ता मिळवून स्वत:ला सिद्ध केलेल्या, स्त्रियांनी भरून वाहत होते. समारंभ संपवून परतताना मी अत्यंत उत्साहित झाले होते. भारतीय स्त्री शेवटी सत्तेच्या सोपानावर पोचली आहे हा विचार मला सुखावत होता.

आमच्यापैकी प्रत्येकाने आपल्याला जे सांगायचे ते वेळेची मर्यादा न ओलांडता नेमक्या शब्दांत मांडले होते. श्रोते स्त्रियाही काहीतरी चांगले ऐकून परतल्याच्या आनंदात होत्या.

त्यातील काही महत्त्वाचे मुद्दे खालीलप्रमाणे आहेत.

१) आपण स्त्रिया जेव्हा विशी ओलांडतो तेव्हाच आपले व्यक्तिमत्त्व बनलेले असते. वृत्ती घट्ट झालेल्या असतात. नेतृत्वगुणही प्रस्थापित झलेले असतात. जेव्हा मोठमोठ्या पदांपर्यंत आपण पोचण्यासाठी तयार होतो. तेव्हा 'बनचुक्या' झालेलो असतो. आपले वैयक्तिक अन् व्यावसायिक गुणावगुण तोवर खोलवर रुजून पक्के झालेले असतात. व्यावसायिक उच्च पदवी फक्त प्रशिक्षण देऊन गुणवत्ता वाढवण्याचे काम करते, वृत्ती त्याच राहतात. थोडक्यात सांगायचे तर जेव्हा खरे काम सुरू होते, तेव्हा माणसे सहसा बदलत नाहीत. जे बदल घडतात ते आपल्यामधील अंत:शक्ती एकवटणारे असतात अन् त्यामुळ काम उंचावत जाते. कधीकधी उलटही होते.

आपल्यातीलच त्रुटी बळावत जातात अन् घसरण सुरू होते अन् मग सतत सुधारणा करत राहायची गरज उत्पन्न होते. आपण मुलगी असताना स्वत:ला सुधारत नेतो त्यावर पुढचे यश अवलंबून असते. मग ते घरी, व्यवसायात वा दोन्हीकडे असेल. जे तुम्हाला हवेसे वाटते आहे ते आधी दुसऱ्यांना घ्या. सत्तास्थानी स्त्रियांची संख्या वाढते आहे अन् त्याच वेळी या स्त्रियांनी आपली संवेदनशीलता हरवू घ्यायची नाहीये. स्वत:ला जसे कनिष्ठांनी, सहकाऱ्यांनी, वरिष्ठांनी वागवावे असे तुम्हाला वाटते, तसेच तुम्ही तुमच्या कनिष्ठांशी सहकाऱ्यांशी, वरिष्ठांशी वागायला हवे. पाठीवर कौतुकाचा हात देणे, योग्य तो सल्ला देणे, बढती, प्रशिक्षण, आधार, साधने पुरवणे, समजून घेणे, बक्षीस देणे, संवाद साधणे आणि पारदर्शक व्यवहार असणे या सर्वांची तुम्हाला जशी गरज आहे, तशी इतरांनाही आहे. मग तुमच्या हाताखालची माणसेही त्यांच्या हाताखालच्या माणसांशी तशीच वागतील, तसेच नेतृत्व शिकतील. स्त्रिया इतरांबरोबर वाटून घेतात, देणाऱ्या असतात असा एक सार्वत्रिक समज आहे. त्यांच्या व्यक्तिमत्त्वाची ही सकारात्मक बाजू आपण आपल्या वागणुकीने बळकट करायला हवी. आपण जेव्हा छोट्या स्थानावर असतो तेव्हा फारसे बिघडत नाही, पण उच्च स्थानावर आल्यावर आपले हे अंगभूत गुण आपली बलस्थाने बनायला हवीत. इतरांनी यावर टीका केली तरी आपण बदलायची गरज नाही.

२) जो बदल तुम्हाला हवा आहे तो तुम्ही स्वत: प्रथम बनायला हवे. तुम्हाला कामामध्ये धैर्य, शिस्त, कठोर परिश्रम, न्यायी व्यवस्था, इतरांचे कल्याण, प्रामाणिकपणा अपेक्षित असेल तर तुम्ही देखील तुमच्या कामात हेच गुण आधी दर्शवायला हवेत. आपण स्वत: बदला आणि मग दुसऱ्यांकडून त्याची अपेक्षा करा. तुम्ही नेतृत्व करा आणि बदल घडवून आणा.

३) अनेक कामे एकावेळी कोसळली तर त्यातून वाट काढत पुढे जायचे कौशल्य विकसित करावे लागते. आज स्त्रियांसमोर अनेक पर्याय उपलब्ध आहेत. पूर्वी तसे नव्हते. दूरदर्शनवर प्रथम एकच वाहिनी होती. ती देखील कृष्णधवल रंगात उपलब्ध होती. आता अनेक कंपन्यांचे विविध सुविधा उपलब्ध असलेले रंगीत टी.व्ही. उपलब्ध आहेत. त्यावर एकमेकांशी स्पर्धा करणारे शंभरएक चॅनेल्स म्हणजे वाहिन्या आहेत. स्त्रियांची दुनिया टी.व्ही.प्रमाणे बदलली आहे. पूर्वी फक्त घर आणि कुटुंब यामध्ये स्त्रीचे विश्व समावले होते. लग्नात मिळालेले दागिने, तिचे स्त्रीधन हीच तिची संपत्ती होती. नवरा आणि मुले यातच तिची सुरक्षितता होती. तिचा प्रवास पित्याकडून पतीकडे असा घर बदलण्यापुरता होता. तिने प्रश्न न विचारता फक्त सेवा करावी अशी सर्वांची अपेक्षा होती. वैयक्तिकदृष्ट्या तिची संपत्ती शून्य असे. सर्व

काही वडीलधारे, पती यांच्या नावावर असे. तिच्याकडे काहीही मागितले तर तिने ते चटकन द्यावे अशी अपेक्षा असे. त्या वेळी दुसरे पर्यायच नव्हते अन् त्यामुळे तिच्या मनात वैचारिक गोंधळही नव्हता.

आज ही परिस्थिती बदलली आहे. तिच्याभोवती अनेक कामे एकावेळी उभी असतात अन् त्यातून तिला योग्य ते निवडून वाट काढावी लागते. प्राथमिकता ठरवाव्या लागतात. त्या वेळेनुसार बदलाव्या लागतात. व्यावसायिक कामे अन् अपेक्षा, घरची जबाबदारी, मुलांच्या गरजा, कुटुंबातील नातीगोती, वेळेचे बंधन, प्रकृतीचे बंधन, आर्थिक आणि सामाजिक स्तर अन् त्यातून उद्भवणारी कामे, नोकरीमधेही अलीकडे असुरक्षितता असते. त्याचबरोबर तिच्या स्वत:च्या मानसिक विश्वातील उलथापालथी असतात. या सर्वांना तिला सांभाळावे लागते. त्यातून स्त्री लवचीक वा कठोर होऊन निर्णय घेते, वाट काढते. हे सर्व आपण कसे, कुठे शिकलो हेही तिली समजत नाही, पण ती हे सर्व समर्पणवृत्ती ठेवून करते.

आणखी एका वक्त्या स्त्रीने सांगितले की, ''एकाच वेळी अनेक व्यवधाने मनात ठेवून कामे पार पाडणारी स्त्री प्रत्यक्षात आज ज्याला 'मल्टिटास्किंग' म्हणून गौरवले जाते, ती कामे प्रत्यक्षात नेहमीच पार पाडत असते. सध्या त्यांनी नुकतीच बाह्य कामे सुरू केल्याने त्यांची संख्या थोडी आहे, पण ती वाढत आहे. कामाच्या आणि घरच्या जीवनात तोल सांभाळणे ही आता जागतिक दर्जाची बाब झाली आहे. स्त्रियांनी यासाठी तंत्रज्ञानाचा लाभ घ्यावा. इंटरनेटवरील मीटिंग्ज, दूरदूरच्या जागी राहून व्हिडिओ कॅमेराद्वारा बैठका घेणे, फोनवरून अनेकांनी एकत्र संपर्क साधून काम करणारी 'टेली-कॉन्फरन्स' आदी सुविधा वापराव्यात.''

आणखी एकीने सांगितले, की सर्व कामे आपणच करायचा अट्टाहास करू नका. सर्व क्षेत्रांत आपण सर्वोत्कृष्ट ठरायला हवे असा प्रयत्न करू नका. मदत घेण्यासाठी कधी अनमान करू नका. तुम्हाला यश मिळण्यासाठी जे कारणीभूत ठरलेत, त्यांना त्याचे मोठ्या मनाने श्रेय द्या. काम असो व्यवसाय असो, सर्व ठिकाणी माणसे महत्त्वाची आहेत. बदलाला तयार रहा. बदलामुळे उभी राहणारी आव्हाने स्वीकारा.

स्त्री आणि पुरुष यामधे फरक आहे हे स्वीकृत करा आणि पुरुष बनायचा अट्टाहास न करता तुमचे स्त्रीत्व तुमची शक्ती आहे हे जाणून घ्या.

४६

भारत देशाचा उभरता चेहरा

गेल्या आठवड्यात मला आजची स्त्री आणि तिच्यासमोर उभी असलेली आव्हाने याबद्दल बोलण्यासाठी निमंत्रित केले गेले. मी माझी मते मांडली त्याचा गोषवारा.

मी मोठी होत असताना आणि सरकारी पोलीस सेवेत भरती होण्यासाठी तयारी करताना ज्या स्त्रिया आजूबाजूला पाहत होते, त्यापेक्षा आजची स्त्री मला अगदी वेगळी दिसते. त्या वेळच्या माझ्या मैत्रिणी केव्हाही लग्नासाठी तयार असत. तसे त्यांचे पालक अपेक्षाही करत. त्यांचे शाळा-कॉलेजातील शिक्षणदेखील त्यांना लग्नासाठी सुयोग्य बनवणे यासाठी केलेले प्रयत्न असत. उत्तम कुटुंबात त्यांनी लग्न होऊन जावे अशी आई-वडिलांची अपेक्षा असे.

माझ्या मैत्रिणींसाठी लग्न म्हणजे आयुष्यभराची सुरक्षितता असे. पती आणि त्यांचे कुटुंब त्यांना संपन्न, सुखी, सुरक्षित आसरा देतील अन् मुले, त्यातही मुलगे जन्माला घालून त्या सुखी संसार करतील असे स्वप्न होते. आईवडील योग्य जोडीदाराच्या शोधात असत आणि मुलींच्या लग्नासाठी पैसे साठवत. दिलेला हुंडा सर्वांना दिसेल असा मांडला जाई. अनेक जण सोने, चांदी, साड्या, महाग वस्तू नातेवाइकांना दाखवून आधीच जाहिरात केली जाई. या सर्वांचा माझ्यावर परिणाम होऊन मनात याबद्दल अढी बसली.

यातील बरेच अजून समाजाच्या सर्व थरांत कोणत्या ना कोणत्या रूपात अस्तित्वात आहे. तरीदेखील अनेक चांगले बदल घडलेले दिसतात. अनेक पालक आपल्या मुलीला स्वतंत्र व्यक्तिमत्त्व असावे अशा घडवताना दिसतात. लग्नात हुंडा देऊ नये आणि पतीवर संपूर्ण अवलंबून असू नये असे मुलींनाही वाटते आहे. पालक त्यासाठी प्रयत्न करत आहेत. शाळा कॉलेजांतील शिक्षकही मुलींना हेच शिकवतात. आपली बलस्थाने ओळखायला मदत करतात. पदवी आणि पदव्युत्तर शिक्षण अधिक व्यावसायिक बनते आहे. मुलींनी सक्षम बनावे

म्हणून अनेक शिक्षणक्रमांत विशेष प्रयत्न केले जातात. मुलींना जागृत करण्यात येते. प्रसारमाध्यमेही मदत करत आहेत. मुलींचे प्रश्न हा महत्त्वाचा कार्यक्रम म्हणून सर्वत्र मांडला जातो. कोर्ट आणि कायदेमंडळ या संदर्भात सुधारणावादी वृत्ती दाखवत आहेत. यापूर्वी कधीही नव्हती एवढी स्त्रीप्रश्नांबद्दल जागृतता मला दिसून येते आहे. स्वयंसेवी संस्था, मदतकेंद्रे यांची संख्या वाढते आहे अन् तिथे तज्ज्ञांचे सल्ले मिळत आहेत.

लेखनक्षेत्रात सर्जनशील लेखकांची संख्या वाढते आहे. स्त्रियांची मासिके, स्त्रीलेखकांचा धीटपणा, राष्ट्रीय वर्तमानपत्रात स्त्रियांसाठी ठेवलेली राखीव पाने या सर्वांचा एकत्रित परिणाम होऊन स्त्रीसाठी चांगले घडताना दिसत आहे. स्त्रीपत्रकारांची संख्या दृक्श्राव्यमाध्यमात वाढते आहे. कधीकधी त्याच प्रामुख्याने दिसत असतात.

स्त्रियादेखील स्वत:ची जागा आपल्या पात्रतेवर सिद्ध करण्याच्या प्रयत्नात आहेत. शाळा-कॉलेजांतून मी भेट देते तेव्हा मला हे समजते. आजची मुलगी स्वत:च्या कुवतीबद्दल, बलस्थानाबद्दल जागरूक आहे. मला जे हवे आहे ते मी का बनायचे नाही, माझ्यासमोर जे काही आहे, जी स्त्रीप्रतिमा आहे तसे मी का होऊ शकणार नाही असे प्रश्न ती उभे करते आहे, त्यासाठी प्रयत्नशील आहे. वडीलधाऱ्यांनी सांगितलेले सर्वच ऐकायची तिची तयारी नाही. प्रेरित होऊन ती ध्येयाकडे वाटचाल करते आहे. तिच्यासमोर अनेक संधी आहेत. यापूर्वी कधी नव्हत्या इतक्या वाटा तिला दिसत आहेत. कोणताही व्यवसाय तिच्यासाठी निषिद्ध नाही. स्वत:च्या हिमतीवर कुणाच्याही मदतीशिवाय आपले ध्येय गाठायला ती तयार आहे. देशाला नवा चेहरा द्यायला ती सज्ज आहे.

आता लग्न म्हणजे तिच्यासाठी फक्त सुरक्षित नाते नाही. तिला सहकारी, मित्र नि स्वत:साठी अवकाश लग्नामधून मिळवायचे आहे. पुरुषी वर्चस्वाचा खालमानेने स्वीकार तिला मंजूर नाही, ती प्रश्न विचारण्याइतकी धीट आहे. तिच्या पूर्वीच्या पिढ्यांच्या अन् तिच्या वृत्तीत जाणवेल इतका फरक पडला आहे.

यामुळे दोन गोष्टी घडत आहेत. घटस्फोटांची संख्या वाढते आहे. पूर्वीइतके आपल्या आत्मसन्मानाला ठेच पोहोचेल असे स्वीकारायची स्त्रियांची तयारी नाही. लग्नाने तिला गृहीत धरता येणार नाही. लग्नानेच स्त्रीजन्माची इतिकर्तव्यता होते हे तिला मान्य नाही. मनासारखा जोडीदार मिळेपर्यंत उशिरा वा लग्नाशिवाय राहायची तिची तयारी आहे. छोटे कुटुंब प्रचलित होत असल्याने ती विचारपूर्वक मातृत्व योजते आहे.

ही नवी भारतीय स्त्री आहे. या स्त्रीवर देशाचे भवितव्य अवलंबून आहे. नव्या जुन्यातील उत्तम ते

घेऊन देशाला मानवतावादी बलवान सत्ता बनवण्याचे काम या सक्षम स्त्रीसमोर उभे आहे. तिने इतर स्त्रियांना आपल्या कोषातून बाहेर काढून प्रेरणा द्यायला हवी. ही स्त्री सर्वांना, विशेषत्वाने दुर्बलांना हवे ते योग्य प्रमाणात पुरवू शकेल.

४७

राष्ट्रीय इंद्रधनुष्य

गेल्या पंधरवड्यात मी तीन राष्ट्रीय इंद्रधनुष्ये (म्हणजे तीन अद्वितीय स्त्रिया) पाहिली. त्यातील दोन गुजरातेतील कच्छ भागातील होत्या, तर एक महाराष्ट्रातील पुण्याची होती. त्या तिघीही स्वतंत्रपणे कर्तृत्वाने चमकणाऱ्या, दूरदृष्टी लाभलेल्या आईवडिलांच्या पोटी जन्म घेतलेल्या होत्या. त्यातील लीला पूनावालाचे वडील ती दोन वर्षांची असताना देवाघरी गेले. त्या तिघीही अथक परिश्रम करणाऱ्या, उदारहृदयी, संवेदनशील अन् दूरदृष्टी असलेल्या आहेत. त्या तिघी हजारो, अदृश्य स्त्रियांचे प्रतिनिधित्व करतात असे मला वाटते. या स्त्रियाही धीराने, समर्पित भावाने कार्यरत असतात. हा लेख लिहून या स्वातंत्र्यदिनी मी त्या सर्व जणींना सलाम करत आहे. या तीन स्त्रियांना मी 'राष्ट्रीय इंद्रधनुष्य' असे संबोधत आहे.

या लेखात मी फक्त लीला पूनावाला यांच्याबद्दल सांगते.

दहा वर्षांपूर्वी, आपण कष्टाने कमावलेल्या संपत्तीतून शिष्यवृत्ती देण्यासाठी लीला पूनावालाने मला उद्घाटक म्हणून बोलावले होते. दहा मुलींपैकी, पहिली स्कॉलरशिप एकवीस वर्षांच्या नीतू भाटिया नावाच्या मुलीला दिली गेली. ही मुलगी श्री. फँको मोदींग्लियानी या अर्थशास्त्रातील नोबेल पुरस्कार विजेत्याकडे विद्यार्थिनी म्हणून शिकायला गेली. त्याच्या संशोधनात, पेपरलेखनात देखील ती साहाय्यक म्हणून काम करणार आहे. अमेरिकेत बँक ऑफ मॉट्रियाल या विख्यात बँकेच्या गुंतवणूक विभागात, हेरिस नेसबिट या कंपनीत ती काम करत आहे. प्रसारमाध्यमे, संपर्क आणि तंत्रज्ञान गुंतवणूक या विभागाची ती उपाध्यक्ष आहे.

शिष्यवृत्ती देताना आणखी दहा वर्षांनी आपण पुन्हा भेटू असे आश्वासन मी लीला पूनावाला यांना दिले होते. मी माझा शब्द राखू शकले.

दहा वर्षांनी तिच्या दूरदृष्टीने केलेल्या कामाचे महत्त्व मला कळून चुकले. लीलाने आजवर तीनशे मुलींना मदत केली आहे. त्यातील सत्तर जणी देशात आणि

परदेशात उत्तम विद्यापीठांत शिक्षण घेत आहेत. नीतूसारखा अपवाद वगळता बाकी सर्व जणी समाजाच्या सर्वसामान्य स्तरातून आलेल्या आहेत. या स्कॉलरशिप्स/फेलोशिप्स सर्व विषयांतील उच्च शिक्षणासाठी ठेवलेल्या होत्या. जीन्समधील संशोधन, रडार आणि मॉपिंग यंत्रणा, पर्यावरण संशोधन, अल्झायमर रोगावरील अन् स्तनाच्या कर्करोगातील संशोधन, नासाशी संबंधित अवकाश संशोधन ही त्यातील काही क्षेत्रे आहेत. तिने शिष्यवृत्तीसाठी निवडलेली क्षेत्रे इतकी विविध आहेत, की मला आश्चर्य वाटले. हे सर्व शिष्यवृत्तिधारक 'लीला फेलोज' नावाने ओळखले जातात.

मला लीला पूनावालाबद्दल आणखी जाणून घ्यायची इच्छा झाली. स्वातंत्र्यकाळात देशाची फाळणी झाली तेव्हा सर्वस्व सोडून सिंध प्रांतातून लीलाचे कुटुंब निर्वासित होऊन भारतात आले. लीला तेव्हा दोन वर्षांच्या अजाण होत्या. आई-भावंडांबरोबर काही दिवस निर्वासित छावणीत काढून नंतर पुण्यातील मध्यवस्तीत एका छोट्या घरात तिचे बालपण सरले.

म्युनिसिपाल्टीच्या शाळेत शिकणारी लीला पुढे माउंट कार्मेल या शाळेत जाऊ शकली. फिजिक्स आणि गणित हे तिचे आवडीचे विषय होते. एनसीसी, स्काऊट, हॉकी, क्रिकेट, बॅडमिंटन, ग्लायडिंग या सर्व विषयांत तिला रस होता. लीलाच्या आईने तिच्यामध्ये स्वतंत्र, स्वाभिमानी व्हायची इच्छा रुजवली. विज्ञानाची आवड पुढे तंत्रज्ञानाकडे वळली आणि १९६७ साली पुण्यातील पहिली मेकॅनिकल इंजिनियर स्त्री हा बहुमान लीलाला मिळाला. शिकाऊ उमेदवार म्हणून तिने रस्टन आणि हॉर्न्सबी या कंपनीत काम सुरू केले. कामावरती पहिल्याच दिवशी तिची तिच्या भावी पतीशी, श्री. फिरोज यांच्याशी भेट झाली. पुढे हा गृहस्थ सतत तिच्या पाठीशी खंबीरपणे उभा राहिला. दहा महिन्यांनंतर ती व्हल्कन लावल नावाच्या बहुराष्ट्रीय कंपनीत समील झाली. इथे तिच्या कर्तृत्वशाली व्यावसायिक जीवनाचा खऱ्या अर्थाने प्रारंभ, विकास झाला. काळ झपाट्याने बदलत होता. त्याचा वेग साठच्या दशकात स्पष्टपणे जाणवत होता. नोकरदार स्त्रिया बाहेर दिसत होत्या, पण ज्याला मूलभूत अभियांत्रिकी म्हणतात, त्यामध्ये स्त्री जवळजवळ नव्हतीच. लीलाच्या उत्साहाला त्यामुळे कुठेही बाधा आली नाही.

१९७८मध्ये निर्यात विभागाची ती व्यवस्थापक झाली. त्या काळाला 'परमिट राज' म्हणत, कारण काहीही आयात करायला सरकारी परवाना सक्तीचा होता अन् निर्यातीच्या रकमेवर सरकार ठरावीक सूट देत असे. व्हल्कन लाव्हलला दोन्हींची गरज होती, परवाना आणि रोख रकमेची सूट. निर्यातीची प्रक्रिया किचकट, वेळखाऊ अन् भरपूर कागदपत्रांची मागणी करणारी होती. परवानग्या घ्यायला सरकारी खाती

महिनोन्महिने खोळंबा करत. अशा निराश काळात लीलाची चिकाटी कधी कमी पडली नाही. आपले सगळे कौशल्य पणाला लावून, लोकांशी वागणे उत्तम ठेवून, वाटाघाटी करून सर्व कामे तिने पार पाडली. व्हल्कन लाव्हल कंपनीच्या निर्यातीचा आकडा तिने कुणी कल्पना केली नव्हती, एवढा उंच नेला. रशियाशी अठ्ठावीस कोटींचा निर्यात करार करून त्यात यश मिळवले, तेव्हा ती एकदम प्रकाशात आली. तिचे व्यवस्थापन कौशल्य सर्वांसमोर आले अन् निर्यात विक्रीविभागाची ती वरिष्ठ व्यवस्थापक (जनरल मॅनेजर) म्हणून नियुक्त केली गेली. हे करत असताना तिने अहमदाबाद येथील इंडियन इन्स्टिट्यूट ऑफ मॅनेजमेंटचा, तसेच अमेरिकेतील प्रसिद्ध हार्वर्ड अन् स्टॅनफोर्ड विद्यापीठातील शिक्षणक्रम पूर्ण केला.

१९८६मध्ये ती कार्यकारी उपाध्यक्ष झाली. याच वर्षी ती इंटरनॅशनल बिझिनेस मासिकाच्या मुखपृष्ठावर झळकली. कॉर्पोरेट जगातील, आंतरराष्ट्रीय स्तरावरच्या प्रतिष्ठित मासिकाच्या मुखपृष्ठावर गौरवली जाणारी ती पहिली भारतीय स्त्री आहे.

इतका चांगला इतिहास निर्माण केल्यावर १९८७मध्ये तिची व्हल्कन लाव्हल कंपनीची 'कार्यकारी संचालक' या सर्वोच्चपदी नेमणूक झाली. एका बहुराष्ट्रीय कंपनीमध्ये सर्वोच्चपदी पोहचण्याचा मानाचा तुरा तिलाच मिळाला. अल्फा लाव्हल या बहुराष्ट्रीय कंपनीचा व्हल्कन लाव्हल ही कंपनी एक भाग होती. संपूर्ण समूहातील कंपनीमध्ये मॅनेजिंग डायरेक्टरपदी पोहोचणारी ती 'पहिली' महिला ठरली. निवृत्त होईपर्यंत या पदावर विराजमान होणारी ती 'एकमेव' महिला होती.

तिने पुढे अन्नधान्याच्या क्षेत्रातील संधी जाणल्या. तिथे कंपनीच्या वाढीला वाव आहे हे उमजून त्यात पाय रोवला. त्यात संशोधन आणि विकास यांना प्राधन्य दिले. अल्फा लाव्हल टेक्नॉलॉजी कंपनीच्या संशोधन निकास केंद्राची पुण्यात उभारणी झाली. १९९३मध्ये स्वीडनचे राजे किंग कार्ल गुस्ताव यांच्या हस्ते त्या केंद्राचे उद्घाटन झाले. अत्याधुनिक साधनांनी युक्त अशा या केंद्रामुळे भारतात उच्च दर्जाचा संशोधन विकास शक्य झाला नि देश जागतिक पातळीच्या दर्जाचे उत्पादन निर्यात करू शकला.

१९८९मध्ये भारत सरकारने लीला पूनावालांना 'पद्मश्री' हा नागरी सन्मान दिला. कॉर्पोरेट जगतातील ती हा बहुमान मिळवणारी पहिली स्त्री आहे. २००३मध्ये स्वीडनच्या राजाने 'रॉयल ऑर्डर ऑफ द पोलर स्टार' हा किताब सन्मानाने दिला.

हे सर्व करत असताना मुलींसाठी आपल्या हातून भरीव काही व्हावे असा विचार तिच्या मनात घोळत होता. १९९४मध्ये आपल्या पन्नासाव्या वाढदिवशी या स्वप्नाला तिने वेग दिला. तिच्या कंपनीला तिच्या कामाबद्दल काहीतरी महागडी वस्तू बोनस म्हणून भेट द्यायची होती. तिने रोख रक्कम मागितली अन् तिच्या हातात एक लाख स्वीस फ्रँक्स आले. ही तिची वाढदिवसाची भेट होती. स्वतःची बचत घालून तिने

'लीला पूनावाला फाउंडेशन' या विश्वस्त निधीची स्थापना केली.

आज 'लीला फेलोज' म्हणून ज्ञात असलेल्या अत्यंत हुशार अशा तीनशे मुली तिच्या खाती जमा आहेत. त्या जगभरात पसरल्या आहेत. त्या सर्व जणी तिचे ऋण प्रेमाने अन् आदराने आपल्या हदयात जपून आहेत. लीला आणि फिरोजना स्वत:चे मूल नाही, पण या सर्व जणी तिला आईपेक्षा मोठे मानतात.

भारतातील अशा 'लीलां'ना माझा प्रणाम, जयहिंद.

४८

झटपट मार्ग नाहीत

गाईम्हशींचा प्रदेश म्हटले जाते, त्या भागातून मला व्याख्यानासाठी निमंत्रण आले. तेथील विद्यापीठाच्या विद्यार्थी संघटनेमध्ये मला काहीतरी वेगळे वाटले म्हणून मी स्वीकारले. कारण विषय होता, 'विद्यार्थी संघटनेतील राजकारणाचे गुन्हेगारीकरण.' विद्यार्थी संघटना असले संवेदनशील विषय शक्यतो निवडत नाही. त्यात हे विद्यापीठ ज्या राज्यात आहे, त्यामध्ये राजकीय क्षेत्रातील गुन्हेगारी सर्वाधिक आहे. ती हळूहळू विद्यार्थी संघटनेत झिरपते आहे. त्या संघटनेच्या पदाधिकाऱ्यांचे मला कौतुक वाटले म्हणून मी जायचे ठरवले.

मी जेव्हा विद्यापीठाच्या सभागृहात प्रवेश केला तेव्हा तो संपूर्ण भरून वाहत होता, पण अगदी मोजक्या मुली सोडता सर्वत्र मुलगेच दिसत होते. मी चौकशी केली कारण मला वाटले, की विद्यापीठ फक्त मुलांसाठी आहे. उत्तर मिळाले की नाही. पण इथे ही छोटीशी बाब त्या विद्यापीठाची संस्कृती काय आहे हे दर्शवायला पुरेशी आहे.

मुख्य भाषणानंतर फक्त मुलींशी मी बोलावे असा प्रस्ताव आला आणि तो मी लगेचच स्वीकारला. मला सांगण्यात आले, की मुलांच्या उपस्थितीत मुली प्रश्न विचारायला लाजतात, म्हणून यायचे टाळतात. मला वाटले, की ही खेदाची बाब आहे. मी त्या मुलींशी बोलले. त्यांना उपदेशाची कडू गोळी साखरेत घोळवून दिली. त्यांनी कमालीची शांतता पाळून आदराने माझे सगळे ऐकून घेतले. माझ्या दोन्ही भाषणांचा गोषवारा पुढे देत आहे.

पहिली ओळख करून देताना त्यांच्या विविध संघटनांचे आजीमाजी प्रतिनिधी, पदाधिकारी, स्वत:ची ओळख करून देऊन मला हार घालत होते. माझ्या उंचीला आणि रुंदीला हारांचे ओझे पेलवत नव्हते. इथे आयोजकांना अनेकांची सोय नाइलाजाने करावी लागल्याचे मलाही कळत होते. प्रत्येक जण फोटो काढेपर्यंत पोझ घेऊन थांबत होता. त्यातील काही गुन्हेगार होते हेही मला सांगण्यात आले, पण मला तसे

गाळून हार स्वीकारणे शक्य नव्हते. अशा अनेक प्रसंगात फोटोसाठी तेच तेच हार घेऊन संधिसाधू व्यासपीठावर येतात. त्याला मात्र मी अटकाव केला. मला दिलेला हार मी माझ्यापाशीच ठेवत होते. आजीमाजी विद्यार्थी संघटनेचे नेते तिथे मला ऐकायला आले होते. मी काय बोलणार याची त्यांना कल्पनाही असावी, हीच मला एक सकारात्मक बाब वाटली. आपला भूतकाळ कसाही असला तरी आता आपल्याला स्वीकृत करावे असे दडपण त्यांच्यावरही आले असावे.

मी सर्वप्रथम त्या मुलांना तरुण विद्यार्थी म्हणून तुमच्या पुढील योजना काय आहेत असा प्रश्न विचारला. विद्यापीठाच्या नावलौकिकाला शोभेल असे एकेकटे वा एकत्रित योजना आखल्यात का? त्यांना नेमके समजावे म्हणून मी देशाची आर्थिक योजना, राजकीय योजना, संरक्षण योजना, शिक्षण योजना, अगदी नवी म्हणजे आपत्कालीन संकटाशी सामना करायची योजना आदींबद्दल सांगितले, विद्यापीठ वा महाविद्यालयाशी अशी भविष्यकाळासाठी योजना का नसावी? सर्वांनी मिळून संस्थेच्या उन्नतीचे स्वप्न रंगवावे, एकत्रित दृष्टी म्हणजे 'व्हिजन' असावी. याची लिखित स्वरूपात मांडणीही असावी. कुणी तरी एकाने उठून मला त्याबद्दल सांगावे असे मी आव्हान केले.

समोरची शांतता पुरेशी बोलकी होती. असे काहीही त्यांच्यासमोर नव्हते. ते फक्त वारा येईल तसे वाहत होते. त्यामुळे काही तरुण भरकटले जातात, त्यांना वापरले जाते. निदर्शने, लोकांना धमकावणे, माऱ्यामाऱ्या यांमध्ये त्यांना गुंतवले जाते. ज्यांच्यासमोर निश्चित ध्येय असते, भविष्याची योजना असते त्यांना असे वापरता येत नाही, या मुद्द्यांवर मी भर दिला.

विद्यापीठातील गुन्हेगारी वाढते, कारण काही विद्यार्थी विकाऊ असतात, शिक्षण घेणे हा त्यांचा हेतूच नसतो. वरवरचे, तात्पुरते यश हेच त्यांचे उद्दिष्ट असते. या विकल्या गेलेल्या विद्यार्थ्यांना ठाऊक असते, की परीक्षा पास होणे वैध मार्गाने शक्य नाही. मग ते आपले राजकीय गुरू शोधतात अन् त्यांच्या मदतीने अभ्यास न करता पदवी मिळवतात. असे झटपट विनासायास शिक्षण मिळेल असे गाजर त्यांच्या डोळ्यांसमोर धरले जाते. खोटी आश्वासने, पैसे यांचे आमिष दाखवले जाते. म्हणून त्यांना मी विकाऊ समजते. ज्या विद्यार्थ्यांसमोर त्याच्या वा तिच्या करियरची नेमकी योजना नसेल, ते अशा आमिषांना बळी पडतात.

समाजातील गुंड प्रवृत्तीची माणसे अशा 'मूर्खांच्या' शोधात इथे शिकार करायला येतात. तरुण, उत्साही, पण रग असलेले विद्यार्थी त्यांच्या आमिष असलेल्या पिंजऱ्यात अलगद अडकतात. गुन्हे करून पोलिसांच्या डायरीत त्यांचे नाव नोंदले जाते आणि मग चांगल्या वर्तणुकीसाठी त्यांना पैसे भरून वा इतर अवैध मार्गांनी खोटी प्रमाणपत्रे मिळवावी लागतात. त्यासाठी मोठ्या गुन्हेगारांचा आश्रय घेणे त्या विद्यार्थ्यांनाही सोयीचे वाटते आणि मग ते अशा जाळ्यात कायमचे अडकतात अन् विद्यार्थिदशा संपवून जेव्हा

बाहेरच्या जगात पाऊल ठेवतात तेव्हा त्यांना गुन्हेगारीचा आश्रय घ्यावा लागतो. असे विद्यार्थी विद्यापीठात गुन्हेगारीचे बीज रोवतात. त्यांच्या अस्तित्वामुळे विद्यापीठाचे वातावरण बिघडते. गंभीर विद्यार्थी अभ्यास, परीक्षा यामध्ये गुंतलेले असतात अन् गुन्हेगारीकडे वळलेले परीक्षा लांबणीवर टाकायच्या प्रयत्नात असतात.

अशा संख्येने कमी असलेल्या गुन्हेगारी वृत्तीच्या विद्यार्थ्यांना बहुसंख्येने असलेले तुमच्यासारखे अभ्यासू विद्यार्थीच वठणीवर आणू शकतात.

आता मुलींसोबतच्या चर्चेकडे वळते. मुलींच्या समूहाकडे मी एक नजर टाकली आणि त्यांच्या चेहऱ्यावरती लिहिलेला प्रश्न मला वाचता आला. पालक अजिबात प्रोत्साहन देत नसताना आम्ही शिक्षण कसे पूर्ण करावे हे त्या सर्व जणींना जाणून घ्यायचे होते.

या प्रश्नाचे उत्तर कठीण होते. मी त्यांना काय सांगणार? इथे त्या फक्त पदवी घेण्यासाठी आल्या होत्या. करियरचा विचार पालकांचे प्रोत्साहन लाभलेल्या मूठभर सुदैवी मुली सोडल्या तर इतरांना निषिद्धच होता. लग्न होईपर्यंत पदवीचा टिळा लावून द्यावा अन् मग घरी जाऊन लग्न करावे हेच त्यांच्यासमोर वाढलेले होते. त्या सर्व नव्या घरट्यात प्रवेश करण्यासाठी तयारी करणाऱ्या पक्ष्यांप्रमाणे दिसत होत्या. मला पुढे काय करावे म्हणून विचारत होत्या.

त्याच वेळी माझी ओळख करून देणारी मुलगी माईकसमोर उभी राहून बोलताना थरथरत असल्याचे मी पाहिले होते. मी तिला विचारले, ''पहिल्यांदाच व्यासपीठावरून बोलतेस का?'' तिचे उत्तर होते ''हो.'' मी मग म्हटले, ''इथे हॉस्टेलमध्ये व्यासपीठ बांधलेय ते कुणासाठी आहे? इतरांसाठी आहे का? तुम्ही रोज पाळीपाळीने इथे येऊन आपल्यामधील सुप्त गुणांना वाव मिळावा म्हणून हे व्यासपीठ का वापरत नाही? असे करण्याने त्यांना आत्मविश्वास येईल, भीती जाईल. स्वत:साठी उभे रहायचे बळ मिळेल आणि याची त्यांना आता निकडीची गरज आहे.'' मी तेथील शिक्षकांकडे वळले आणि अशी संधी त्यांनी या मुलींना वरचेवर घ्यावी अशी विनंती केली. विद्यापीठाने या मुलींच्या पालकांना बोलावून त्यांचा मेळावा घ्यावा आणि वेळोवेळी त्यांना मुलींच्या धीट होण्याबद्दल जागरूक करावे अशी सूचनाही केली.

आत्मविश्वास येण्याचा, स्वत:चे आयुष्य उभे करण्याचा कोणताही झटपट मार्ग उपलब्ध नाही. अगदी कुणासाठीही नाही, हेच खरे आहे.

४९

आम्हाला आणखी द्या

दोन वेगळ्या जागी भेटी देऊन दोन वेगळे अनुभव माझ्या गाठीशी जमा झाले. त्यातील पहिली भेट एका महानगरातील उत्तम शाळेला दिली होती आणि दुसरी एका नव्याने उभ्या होणाऱ्या पदव्युत्तर व्यवस्थापन केंद्राला होती. दोन्ही जागी शिक्षण दिले जात होते. पहिल्यांदा शाळेबद्दल सांगते.

मी शाळेजवळ आले तेव्हा पाऊस पडत असूनही प्रिन्सिपॉल माझ्या स्वागताला गेटपाशी उभ्या होत्या. त्यांनी आपले विद्यार्थी आणि माझ्यात होणाऱ्या चर्चेबद्दल उत्सुकता आणि आनंद व्यक्त केला. आम्ही त्यांच्या कचेरीत गेलो, तेव्हा त्या म्हणाल्या, ‘‘आम्ही सर्व तुम्हाला चांगले ओळखतो, तेव्हा औपचारिक ओळखीला आम्ही फाटा दिला आहे.’’ मला थोडे आश्चर्य वाटले. शाळेच्या मुलांना माझ्याबद्दल कशी माहिती असेल? त्यांना फक्त मी देशाच्या पोलीस सेवेतील एक स्त्रीअधिकारी आहे इतकेच ठाऊक असणार आणि तेवढी ओळख त्यांच्यासाठी पुरेशी होणार नाही. मुलांना आकर्षून घ्यायला हवे असेल तर पाहुण्यांची नीट ओळख करून देणे गरजेचे आहे असे मला वाटते. मग वक्त्यांबद्दल त्यांना कुतूहल वाटते. मुलांना असे गृहीत धरू नये. आपल्याला वाटते तेवढी ती असमंजस नसतात.

मी प्रिन्सिपॉलबाईंना म्हटले, की तिने माझ्या खेळातील आणि अभ्यासक्रमातील यशाबद्दल त्यांना थोडे सांगितले तर बरे होईल. त्यामुळे विद्यार्थ्यांना दोन शिष्यवृत्त्या एकाच वेळी मिळू शकतात हे कळेल. त्यांना त्याबद्दल नक्कीच माहिती नसेल. मला त्यांच्याबरोबर गप्पा मारताना त्याचा उपयोग होईल. अभ्यास आणि खेळ या दोन्हींमध्ये आपण यश मिळवू शकतो यासाठी त्यांना प्रेरणा मिळेल.

प्रिन्सिपॉलबाईंनी लगेच नोंदी टिपायला सुरुवात केली. माझे ऐकल्यावर ती म्हणाली, ‘‘मी थोडी तयारी करायला हवी होती.’’ मी चटकन माझ्या वेबसाईटवरून माझा बायोडेटा उतरवून दिला अन् त्यावरील काय सांगावे याबद्दल खुणा करून दिल्या.

मी सभागृहात गेले अन् पाहिले, की माध्यमिक शाळेतील ते सर्व विद्यार्थी जमिनीवर मांडी घालून बसले होते. त्यांना त्या स्थितीत अवघडल्यासारखे वाटत होते. जर श्रोते असे अवघडलेले असतील, ते नीट ऐकून घेणार नाहीत, त्यात मुले तर आधीच एकाग्र होणे कठीण असते. मी त्यांना आधी नीट बसून घ्यायला सांगितले. आमचा संवाद साधण्यासाठी ते जरुरीचे आहे असे मला वाटले. मी त्यांना "तुमच्या परीक्षेच्या निकालाबद्दल कल्पना करा,'' असे सांगितले. इतरांच्या प्रतिक्रिया कशा येतात. काही जण उत्तम मार्क मिळवतात तर काहींना कमी मार्क पडतात. मला सांगायचे होते की तुम्ही सतत पालकांच्या, वडिलांच्या निरीक्षणाखाली असता. ते तुम्हाला बघत, जोखत असतात. तुम्ही मोठे होत असताना सर्व जण तुमच्याभोवती राहून तुमची प्रगती पाहत असतात.

या शाळेतील मुले खूप श्रीमंत घरी जन्मलेली, वाढलेली होती. त्यांच्याशी बोलताना मला वाटत राहिले की चर्चा रंगत नाही आहे. त्यांना फारसा रस नाही आहे. माझ्याकडे डोळे भिडवून बोलावे यासाठी मला प्रयत्न करावे लागत होते. प्रश्नोत्तरांच्या वेळी मला विचारण्यात आले, की "बरोबर असणे आणि प्रामाणिक असणे यातील काय निवडावे?'' विशेषत: परिस्थिती निभावून नेणे जास्त महत्त्वाचे आहे का?

माझे उत्तर होते, "तुम्ही नेमके कशासाठी करताय त्यावर अवलंबून आहे. थोड्या काळासाठी, तात्पुरते असेल तर निभावणे, बरोबर असणे योग्य आहे, पण दीर्घकाळासाठी प्रामाणिक असणे महत्त्वाचे आहे.''

त्यांच्या वयाला, त्यांच्या मनात चाललेल्या द्वंद्वाचे प्रतिबिंब या प्रश्नात मला दिसून आले. पुस्तकात शिकवलेली मूल्ये आणि बाहेर अनुभवायला येणारे यातील विरोधाभास त्यांच्या गनाला अस्थिर करत होता. मी त्यांना शेवटी विचारले, "तुम्ही शाळेत योगासने करता का?'' उत्तर आले, "नाही.'' खाली जमिनीवर बसणे, त्यांना अवघडल्यासारखे का वाटत होते याचे उत्तरच मला मिळले. मी म्हटले "माझ्याबरोबर योगासने, ध्यान करणार का?'' उत्तर आले "हो.'' मी मग त्यांना नीट बसायला लावून थोडी आसने प्राणायाम करायला लावला. त्यांना सांगितले, "झोपण्यापूर्वी थोडा काळ आपला श्वास निरीक्षण करायला सुरुवात करा, त्याने तुमची अस्वस्थता कमी होईल, एकाग्रता वाढेल.'' माझ्याबरोबर सर्व जण ध्यानाला बसले. अगदी शांतपणाचा अनुभव मी त्यांना घेऊ दिला.

विद्यार्थ्यांशी भेट झाल्यानंतर चहापानाच्या वेळी मी प्रिन्सिपॉलबाई म्हणाल्या, की शाळेत योगशिक्षिका होती, पण मुले तिचे अजिबात ऐकत नव्हते म्हणून तिला सोडावे लागले. मी म्हटले, "त्यावेळी इतर शिक्षक, शिक्षिकाही सोबत योगासने करतात का?'' उत्तर होते, "नाही.'' माझ्या प्रश्नाचा मथितार्थ तिला कळला असावा. मुलांच्या उदासीनतेचे कारण मलाही कळले.

या श्रीमंतीच्या, हुशार, मुलांची वृत्ती मला आता कळून चुकली. त्यांना एकत्र, भाषणात रस घेऊन ऐकण्यासाठी मला बरेच परिश्रम करावे लागले होते. त्यांना फक्त मनोरंजन हवे होते.

दुसऱ्या अनुभवाशी आता तुलना करून पाहू. इथे सभागृह तात्पुरते उभारलेले होते. त्यामध्ये तीनशे पदवीधर मुले फरशीवरील जाजमावर मांडी घालून उत्सुक चेहऱ्याने बसलेली होती. माझ्या डोळ्यांत धीटपणे पाहत 'बोला, सर्व सांगा' अशी भावना त्यांच्या डोळ्यांत मला स्पष्टपणे वाचता आली. मीही मग सर्वस्व ओतून बोलत राहिले. अशी प्रेरणा त्यांना कुठून मिळाली असेल? बाकी अनेक कारणे असतील, पण मुख्य कारण होते, त्यांचा नेता. त्यांचे शिक्षक– प्राध्यापक पिल्ले. श्री. पिल्ले यांनी फक्त दोन वर्षांपूर्वी आपल्या 'सिंबायोसिस' या संस्थेतील सहकाऱ्यांच्या मदतीने ही संस्था सुरू केली. पूर्वी तिथे ते शिकवित असत. म्हणून हे सहकारी त्यांचे माजी विद्यार्थीही होते. आपले एकशे साठ विद्यार्थी दर वर्षी कसे निवडले जातात हे त्यांनी मला सांगितले. त्यांना गरिबी, पर्यावरण यावर फिल्म दाखवली जाते. जे विद्यार्थी आपला भावनिक गुणांक उच्च दर्शवतात त्यांना भरती करून मग त्यांचा बुद्ध्यांक तपासला जातो. रोज सकाळी हे विद्यार्थी संस्थेजवळचा रस्ता झाडतात. समाजाची सेवा म्हणून ते हे काम करतात. सर्व जण रोज योगासने अन् ध्यान करतात. अभ्यासातही चमकतात. 'आधुनिक काळातील गुरुकुल' म्हणावे अशी ही संस्था मला वाटली.

त्यांनी मी दाखवलेली चित्रफीत पाहिली, प्रश्न विचारून मला उत्तरे द्यायला भाग पाडले, नोंदी केल्या, माझ्या बोलण्याला उस्फूर्त प्रतिसाद दिला. चर्चा केली. माझ्या-कडून त्यांना किती घेऊ किती नको असे झाले होते. हे विद्यार्थी सर्वस्वी निराळे होते.

इथे गुरुकुलात राहून हे जग आणखी सुंदर करण्यासाठी सज्ज होत होते. आपणा सर्वांसाठी त्यांना हे करायचे होते.

तुम्हाला कसे आठवले जावे असे वाटते!

गांधीजींच्या पुण्यतिथीदिवशी मला एका प्रतिष्ठित व्यवस्थापन शिक्षण संस्थेत (बी स्कूल) व्याख्यानासाठी निमंत्रित करण्यात आले. आल्या आल्या कॉफी पिताना संस्थेच्या संचालकांनी मला विनंती केली, की मुलांचा शिक्षणातील अन् मूल्यव्यवस्थेवरील विश्वास डळमळीत होतो आहे याची त्यांना चिंता वाटते. मी या विषयावर त्यांच्याशी बोलू शकले तर बरे होईल.

या बोलण्याने मला विचारात पाडले अन् कुतूहलाने मी विचारले, ''आज हुतात्मा दिन पाळला जातो. तुमच्या स्कूलची प्रार्थना झाली का?'' ते ओशाळून म्हणाले ''नाही.'' आज तरी प्रार्थना सभा घ्यायला हवी होती. खरं म्हणजे संपूर्ण विद्यापीठानेच आज तशी सूचना करायला हवी होती. पुढे ते म्हणाले, ''डॉ. बेदी, माझ्या विद्यार्थ्यांच्या वृत्तीबद्दल मी निराश झालो आहे. ते सर्व गोष्टी गृहीत धरू लागले आहेत. त्या सर्वांना उत्तम नोकऱ्या मिळणार याची खात्री आहे. त्यांना समजत नाही, की काम सुरू करण्यापूर्वी, समाजाला काही देऊ करण्यापूर्वी शिकायची ही शेवटची संधी आहे. मला फक्त पोटभरू तरुण समाजाला द्यायचे नाही आहे. आणखी बरेच काही सोबत घेऊन माझे विद्यार्थी जीवनाला सामोरे जावेत असे मला वाटते. तुम्ही या संदर्भात माझ्या विद्यार्थी वर्गाशी बोलाल का? नीतिमूल्यांच्या, सामाजिक भानाच्या संदर्भात त्यांची घसरण चाललेली मला दिसते, ती मी कशी सुधारू शकेन? आपल्या वेळेची किंमत त्यांना कशी समजावून सांगावी?''

मी संचालकांना विचारले, ''तुम्ही विद्यार्थ्यांना चरित्रे वाचायला सांगता का? त्यांनी महात्मा गांधींनी लिहिलेले 'माझे सत्याचे प्रयोग' वाचले आहे का? अशी काळातीत पुस्तके तुमच्या अभ्यासक्रमाचा भाग आहेत का?'' त्यांचे उत्तर आले, ''नाही.''

''तुम्ही ती पुस्तके समाविष्ट करा, त्याशिवाय त्यांच्यावर नीतिमूल्यांचे संस्कार

होणार नाहीत.''

''आजवर हे माझ्या लक्षात आले नव्हते. यापुढे मात्र मी प्रयत्न करेन.''

''वा छान! आता माझ्या भाषणाचा रोख कशावर ठेवावा असे तुम्ही सुचवाल?''

''त्यांच्या अंतरातील अग्नी प्रज्वलीत होईल, ते पेटून उठतील असे बोला.''

''मी सभागृहात गेले तेव्हा समोर चारशे मुले उपस्थित होती. मी त्यांना त्यांच्या-कडे कागद पेन आहे का म्हणून विचारले अन् उत्तर आले ''हो.''

''मग तुम्ही एक कोरा कागद घेऊन त्यावर तुम्ही स्वत:ला इतरांनी कसे आठवावे याबद्दल लिहा. आज महात्मा गांधीजींचा स्मृतिदिन आहे. त्यांनी केलेल्या महान कार्याला आपण त्यांच्यासोबत आठवतो. तसे तुम्हाला लोकांनी कसे आठवायला हवे याबद्दल लिहा.''

सर्वांनी लिहायला सुरुवात केली अन् टाचणी पडली तर ऐकू यावी अशी शांतता पसरली. सर्वांना वाटलेले आश्चर्य मला कळत होते. खुद्द मलाही माझ्या कृतीचे आश्चर्य वाटत होते. संचालकांशी बोलता बोलता हे सुचले होते.

नंतर मी त्यांना आपापली नावे त्या कागदावर लिहायला सांगितले. त्यांना वाटले होते की नावाशिवाय लिहायचे आहे, वाटेल ते लिहिले तरी चालेल, पण त्यांना मी आधीच सांगितले होते की हे लिहिणे अत्यंत गंभीरपणे घ्या.

त्यामध्ये संचालाकांसह सर्व विद्यार्थीवर्गही सामील झाला होता. व्यासपीठावरून खाली उतरून मी ते सर्व कागद गोळा करायला गेले, तेव्हा ते आणखी आश्चर्यात बुडाले. त्यांना वाटले होते, की तो कागद त्यांच्याकडेच राहील किंवा नाव नसल्याने त्यांच्या मनातले कुणाला कळणार नाही, पण मी सर्व गोळा केले अन् शिक्षकांचे, विद्यार्थ्यांचे वेगवेगळे ठेवले.

आता मी पुढे काय करणार याची समोरच्या विद्यार्थ्यांना उत्सुकता वाटत होती. मी त्यांना विचारले, ''यातील काही मी वाचू का? मी नावे न वाचता वाचेन.'' त्यावर त्यांनी मोठ्याने होकार भरला. इतरांनी काय लिहिले आहे हे समजून घेण्यात त्यांनाही उत्सुकता वाटत होती. मी त्या गठ्ठ्यातला एक कागद उचलला आणि नाव न वाचता लिहिलेले मोठ्याने वाचले.

मलादेखील ते वाचून धक्का बसला. संचालकांना जी भीती वाटत होती ती खरीच होती. त्या कागदावर एकच शब्द लिहिला होता 'बिनधास्त'. त्या मुलासाठी (चिठ्ठीवर मुलाचे नाव होते.) हा सर्व खटाटोप एक विनोद होता.

कदाचित हेच या पिढीचे प्रतिनिधिक उत्तर असू शकेल. मी काहीही न बोलता

विद्यार्थ्यांच्या प्रतिक्रिया पाहत होते. तेही स्तंभित झाले होते. थोडे सावधही झाले होते. मी विचारले, हे कागद संचालकांकडे देऊ का? मग मात्र मोठ्याने उत्तर आले 'नको.' त्यांना आपले कागद कुणी वाचायला नको होते.

माझ्यासाठी, संचालकांनी सांगितलेली आपली खंत त्या चिठ्ठ्यांमधून बोलत, सजीव झाली होती. मी त्यातील काही वाचल्या, पण कुणीही त्यात ध्येयवेडे, प्रेरित दिसले नाही. कुणापुढे ठोस कार्यक्रम नव्हता. ते सर्वसामान्य शब्द होते. हळूहळू विद्यार्थ्यांच्या लक्षात येत गेले, की त्यांच्यावरती इतरांनी ज्या अपेक्षा ठेवल्यात, जो खर्च केलाय त्यातील काहीही या चिठ्ठ्यांतून व्यक्त होत नाही आहे.

आता मी माझे बोलणे सुरू केले. कुठेही उपदेशाचा रंग येऊ नये याची काळजी घेतली. त्यांच्या हातात लठ्ठ पगाराच्या नोकऱ्यांची नेमणूकपत्रे होती. त्यांची पोटे भरलेली होती. इतरांची पर्वा करायचे त्यांना कारणच नव्हते. त्यांना किंवा इतरांना लोकांनी कसे आठवावे याबद्दल देणेघेणे नव्हते.

पण उद्याचे हे तरुण कार्यक्षम व्यवस्थापन अधिकारी हा दिवस अन् त्यात घडलेले सहजासहजी विसरतील असे मला वाटत नाही. अनेकांनी नंतर जाताना म्हटले, की त्यांना हे लिहायची आणखी एक संधी मिळाली तर चांगले होईल.

माझ्याकडून संचालकांनी जी अपेक्षा केली होती, ती थोडीफार पूर्ण झाली होती.

परिवर्तनासाठी स्त्रिया साहाय्यक ठरू शकतात.

नेतृत्वाची नवी फळी स्त्रियांनी संभाळली तर त्या समाजाच्या परिवर्तनामध्ये महत्त्वाची भूमिका बजावू शकतील.

'देशाच्या परिवर्तनासाठी स्त्रियांचे योगदान' हा त्या परिषदेचा विषय होता. अनेक स्त्री वक्त्यांपैकी मी एक होते. सुदैवाने मी शेवटी बोलणार होते. त्यामुळे मला आधीच्या वक्त्यांना लक्षपूर्वक ऐकता आले आणि माझ्या विचारांना एक दिशा देता आली. या विषयावर त्या अनुभवी अन् पोटतिडिकीने बोलणाऱ्या स्त्रियांना ऐकता ऐकता माझ्या मनात अनेक प्रश्न उभे राहिले. मंथन सुरू झाले आणि उत्तरेही सापडत गेली.

मी या वेळी एका पंचतारांकित माहोलमध्ये उपस्थित होते आणि समोरच्या श्रोत्या स्त्रिया या उच्चशिक्षित, व्यावसायिक, उच्च उत्पन्न गटातील होत्या. स्वतंत्र वृत्तीच्या, आत्मविश्वासाने ओतप्रोत भरलेल्या, व्यावसायिक दृष्टिकोन बाळगून जीवनात आणखी प्रगती करायला हवी हा विचार केंद्रस्थानी असलेल्या त्या स्त्रियांनी, आधीच्या वक्त्यांना लक्षपूर्वक ऐकले होते आणि उत्तम प्रतिसाद दिला होता. ते सर्व अनुभवताना मला वाटले, की देशाच्या समाजाच्या परवर्तनासाठी स्त्रियांच्या कार्याला योग्य दिशा मिळायला हवी. त्याच दिशेने विचार धावताना मी स्वतःलाच काही प्रश्न विचारत गेले. त्यातच उत्तरेही दडलेली मला आढळली.

हेच प्रश्न घेऊन मी तुमच्याशी बोलू इच्छिते. स्त्रिया समाजपरिवर्तनात कशा साहाय्यभूत ठरू शकतील, हा विचार प्रधान ठेवून माझ्या मनात उद्भवलेले प्रश्न पुढे देत आहे.

आजच्या शिक्षित आणि व्यावसायिक वृत्तीच्या स्त्रिया कुटुंबाला आधार देताना, वाढवताना परिवर्तनशील आहेत का? त्या अर्थार्जन करतात, घराबाहेर पडून काम करतात, पुरुषांप्रमाणे त्या व्यावसायिक कौशल्ये आणि आर्थिक नियोजन करू

शकतात, याचा परिणाम त्यांच्या कुटुंबावर सकारात्मक होतो आहे का? (मी फक्त या वर्गातील स्त्रियांबद्दलच इथे बोलत आहे.

स्त्रियांच्या कार्यपद्धतीत त्या बॉस असल्याने किंवा इतरांना नोकरी देण्याची कुवत अंगी आल्याने फरक पडला आहे का?

अलीकडे वेळेचे नियोजन करणे आणि फिरावे

लागणे यामुळे स्त्रियांच्या वेशभूषेत फरक पडला आहे का? स्त्रिया वरिष्ठ स्थानी असताना प्रशासकीय कामाचा स्तर उंचावला आहे का? त्यात अधिक प्रामाणिकपणा आला आहे का? त्यांच्या खरेदी करायच्या पद्धती बदलल्या आहेत का? आर्थिक स्वातंत्र्याच्या प्रकाशात त्या पैसा, बचत याकडे कसे पाहतात? कोणत्या प्रकारचे 'अधिकारी' त्या इतरांसमोर उभे करतात? सहकारी, समव्यवसायी, म्हणून त्या इतरांना कशा वागवतात? त्यांच्या जीवनशैलीची गुणवत्ता काय आहे? त्या इतरांपेक्षा वेगळ्या कशा काय उठून दिसतात? आपल्या पुढच्या पिढीला त्या कशा दिसतात? अशा माता आपल्या मुलांना आदर्श वाटतात का? नेतृत्व करणाऱ्या स्त्रिया चांगली, परिवर्तनशील नेता म्हणून मान्य होत आहेत का? त्यांची स्वतंत्र शैली उभारत आहे का? व्यावसायिक स्त्रियांची कामाची पद्धत इतरांपेक्षा वेगळी असते का?

एकत्र येऊन एक मोठी शक्ती म्हणून उभे राहून त्या नव्या शक्यता, अधिक सर्जनशील मार्ग दर्शवत आहेत का?

जनतेच्या दृष्टीने पुरुषांपेक्षा अधिक विश्वासार्ह व्यक्ती, अधिकारी, आयोजक इत्यादी भूमिकांत त्यांना पसंत केले जाते का?

या प्रश्नांना माझे उत्तरही आहे. स्त्रियांचा या परिवर्तनवादी भूमिकेवर विश्वास असेल, समाजाची तशी अपेक्षा असेल तर आपणामुळे काय फरक पडू शकतो याचा स्त्रियांनीही विचार करायला हवा. या स्त्रिया ज्या समाजस्तरातून आल्या त्यामध्ये त्यांच्या शिक्षणामुळे जीवनशैलीत सुधारणा झाली आहे का? मग तो कामाच्या जागी असेल, घर चालवण्यामध्ये असेल, आसपासच्या समाजात असेल, धोरणे ठरवण्यात असेल किंवा व्यवसाय, सरकार चालवण्याच्या पद्धतीत असेल, स्त्री म्हणून काम करताना होणारे बदल प्रगतीच्या दिशेने आहेत का? इतरांशी नाती ठेवताना, नागरिक म्हणून येणाऱ्या जबाबदारीकडे त्या कशा पाहतात?

त्यातील प्रत्येक प्रश्न स्वतंत्र संशोधन-विश्लेषण करावा असा आहे. त्यांची उत्तरे शोधायची, समजून घ्यायची गरज आहे.

उदाहरणार्थ– खेड्यापाड्यांतून स्त्रिया पंचायतीवर निवडून आल्या. ज्यांनी त्यांना निवडून दिले, त्यांच्यासाठी या स्त्रियांनी वेगळे काय केले आहे का याचा आढावा

घ्यायला हवा. त्यांनी ग्रामपंचायतीचा कारभार सुधारला आहे का? असेल तर कसा? नसेल तर का? ही फक्त पुरुषांकडून स्त्रियांकडे सत्ता गेली, एवढीच घटना आहे, का परिवर्तन झाले?

हे सर्व प्रश्न उपस्थित करण्याचे कारण एवढेच; स्त्रियांनी परिवर्तन घडवायला हातभार लावला आहे का नाही? सत्ताधारी स्त्रीवर्गाकडे नव्या आशेने आपण पाहू शकतो का? त्यांच्याकडून आपल्या अपेक्षा वेगळ्या आहेत. त्यांना त्याची कल्पना आहे का? ही नवी जबाबदारी त्यांना पेलायची आहे, ही जाण त्यांना स्वत:हून आली तर बरेच होईल, नाहीतर दुसऱ्याने करून घ्यावी लागेल.

सरकारमध्ये सध्या सर्वत्र बोकाळलेल्या अनिष्ट प्रथांची जाणीव असेल तर या सबला स्त्रिया परिवर्तनाला साहाय्यक ठरू शकतात. स्त्रियांमध्ये या संदर्भात जागृती व्हावी म्हणून हा लेख लिहिला आहे. व्यावसायिक वृत्तीचे प्रशासन, वैयक्तिक स्नेहबंध आणि समस्या वैयक्तिक वा सामूहिक रीतीने सोडवण्याचा निर्धार हवा, गैरप्रकार रोखले जावेत असे दाखवायला हवे, मगच परिवर्तन शक्य आहे. त्यातील स्त्रियांचा सहभाग अधिक चांगला देश निर्माण करायला महत्त्वपूर्ण ठरेल. घर, समाज, परिसर, कामाची जागा, सर्वच जागी हे परिवर्तन घडवता येईल.